चौकस सफर वसुंधरेची

दिलीपराज प्रकाशन प्रा. लि.™

२५१ क, शनिवार पेठ, पुणे -४११०३०

दिलीपराज प्रकाशनाची सर्व पुस्तके आता आपण *Online* खरेदी करू शकता.
आमच्या **Website** ला कृपया अवश्य भेट द्या. **www.diliprajprakashan.in**
दूरध्वनी क्रमांक (फॅक्ससहित)- २४४७१७२३, २४४८३९९५, २४४९५३१४
info@diliprajprakashan.in

चौकस सफर वसुंधरेची

प्रा. अनिल दांडेकर

दिलीपराज प्रकाशन प्रा. लि.™
२५१ क, शनिवार पेठ, पुणे -४११०३०

चौकस सफर वसुंधरेची / Choukas Safar Vasundhrechi

ISBN - 978 - 93 - 82988 - 54 - 0

प्रकाशक । राजीव दत्तात्रय बर्वे । मॅनेजिंग डायरेक्टर दिलीपराज प्रकाशन प्रा. लि.।
२५१क, शनिवार पेठ, पुणे ४११०३०

© प्रकाशकाधीन

प्रकाशन दिनांक : २९ सप्टेंबर २०१३

प्रकाशन क्रमांक : २०७६

मुद्रक । Repro India Ltd,
          Mumbai.

टाईपसेटिंग । सौ. मधुमिता राजीव बर्वे
पितृछाया मुद्रणालय, ९०९ रविवार पेठ. पुणे ४११००२

मुखपृष्ठ । कैवल्य राम मशिदकर

सत्तराव्या वाढदिवसाप्रित्यर्थ नूमविय,
नूमवि प्रशालेचे सर्व घटक यांनी
सोनेरी स्मृतींना सुगंध दिल्याबद्दल
सदैव ऋणानुबंधीत

अनिल दांडेकरसर

प्रस्तावना

श्रीमान अनिल दांडेकराव सरांना मी गेली ५०-५५ वर्षे ओळखतो आहे. एक धडपडे, रुळलेल्या वाटेवरून न जाणारे, अखंड उत्साही व्यक्तिमत्त्व म्हणून त्यांची मला ओळख आहे.

दांडेकर सरांनी अध्यापन हे आपलं ध्येय मानलं. पुण्यातील नू. म. वि. प्रशालेसारख्या नामवंत शिक्षणसंस्थेत त्यांनी तळमळीनं शिकवण्याचं काम तर केलंच, पण वृत्तपत्रे आणि इतरही प्रसिद्धिमाध्यमांच्या मदतीने जनसामान्यांपुढे अनेक विषय रंजक पद्धतीने सादर केले. आजवर त्यांनी भूगोल-विज्ञान-निसर्ग-सजीवसृष्टी अशा अनेक विषयांचा परिचय आपल्या लिखाणातून आणि भाषणांमधून करून दिला. सिम्बॉयोसिस या संस्थेच्या स्थापनेत त्यांचा मोलाचा सहभाग होता. अमेरिकेतील नॅशनल जिओग्राफिक या जगप्रसिद्ध संस्थेच्या निमंत्रणावरून ते त्या संस्थेला भेट देऊन आले. पुण्यातून एव्हरेस्ट मोहीमेवर निघालेल्या धाडसी गिर्यारोहकांना आर्थिक मदत मिळवून देण्यासाठी प्रचंड धडपड केली. अक्षरशः घरोघरी फिरून, लहान-मोठ्या देणग्या मोहिमेसाठी मिळवल्या. अंदमानवरील त्सुनामीच्या आपत्तीची साद्यंत माहिती मिळवून, त्या भागाला प्रत्यक्ष भेट देऊन मिळालेली माहिती शाळा-महाविद्यालये आणि अनेक संस्थांमध्ये जाऊन तिथे ती सादर केली. त्यांच्या धडपडीची आणि विषयांची विविधता कळावी, एवढ्यासाठीच ही मोजकी उदाहरणे घेतली आहेत. प्रत्यक्षात त्यांचं काम त्यातूनही व्यापक आहे.

एकविसाव्या शतकात विज्ञान आणि निसर्गविज्ञान हे आपल्या दैनंदिन जीवनाचा भाग झालेला असले, तरीही त्यांतील अनेक विषय-उपविषय आपल्याला सखोल परिचित नसतात. ही उणीव लक्षात घेऊनच त्यांची विज्ञानरंजन, अद्भुत सजीवसृष्टी, अफलातून जलचरसृष्टी, चौकस सफर वसुंधरेची— ही चार नवी

पुस्तके आपल्यापुढे आणली आहेत. त्या विषयांची क्लिष्टता जाणवू न देता, सर्व माहिती पुरेशा तपशिलांवर आपल्यापुढे आणण्याचे त्यांचे कसब त्यातून दिसून येते.

त्या विषयांचा सर्वसामान्यांच्या जीवनात थेट संबंध येत नसला, तरीही त्या विषयाशी आपण व्यक्तिश: आणि समाजाचा एक घटक म्हणून कसे निगडित आहोत, हे त्यांनी उत्तम प्रकारे दाखविले आहे. त्या विषयांमध्ये अनेक सजीव आणि निर्जीव घटकांचा संबंध आला आहे. तरीही हे सारे लिखाण फार कंटाळवाणी लांबड न लावता पुस्तकाच्या २-४ पानांत आकर्षक पद्धतीने त्यांनी मांडले आहे. सर्व पुस्तकांत चाळिसाहून अधिक विषय-उपविषय समाविष्ट असल्याने, एखाद्या विषयाबद्दल आपली नावड असेल तर तेवढी २-४ पानं सोडून आपण आपलं वाचन पुढे चालू ठेवू शकतो. अर्थात, श्रीमान अनिलरावांची हातोटी अशी की, असा एखाद्याच्या नावडीचा विषयही त्यांनी असा खुलवून सांगितला आहे की, वाचक तो वाचून मगच पुढची पानं उलटेल.

— प्र. के. घाणेकर

मनोगत

माझ्या वैयक्तिक जीवनांतील १९६८-६९ हा काळ दिशादर्शक ठरला. महाविद्यालयीन विज्ञान पदवी अभ्यासक्रम पूर्ण झाल्यानंतर पुढे कोणती वाटचाल करायची, या विचारात गुरफटलो होतो. 'युथ ऑर्गयझेशन' नावाच्या सामाजिक-सांस्कृतिक विचारप्रवाहांचा ऊहापोह, कृती, विचारसत्रे घेणाऱ्या 'ॲक्टिव्ह ग्रुप'च्या संपर्कात आलो. समाजातील अनेकविध समस्या, विचारप्रवाह, अन्याय इत्यादींची तोंडओळख होऊ लागली. बिहारमधील भयानक दुष्काळ, लोकनेते जयप्रकाश नारायण यांची युवकांना हाक, स्वयंसेवकांची प्रत्यक्ष तेथे जाऊन कार्य करण्याची गरज—या सगळ्याने मन भारावून गेले. युथ ऑर्गनायझेशनच्या पहिल्या तुकडीत फर्ग्युसन महाविद्यालयाचा 'रिप्रझेंटेटिव्ह' म्हणून गया प्रांतातील 'रजौली' भागात स्वयंसेवकाचे कार्य महिनाभर केले. त्या कालखंडात जमीनदारी, गरीब-श्रीमंत शेतकरी, अन्याय, सामाजिक व्यथा इत्यादी विविध अंगांचे दर्शन झाले. जगाकडे पाहण्याची, अनुभव घेण्याची दृष्टी आणि वृत्ती आत्मसात झाली.

बिहार येथील अनुभव आणि विचार यामुळे लिखाणाचे बीज पेरले गेले. त्या सुमारास प्रसिद्ध झालेल्या 'मानव चंद्रावर उतरणार' या विलक्षण बातम्यांनी भारावून गेलो. त्या विषयावरील माहिती संकलीत करण्याचा सपाटा लावला. 'स्वराज्य' मध्ये 'अंतराळवीर पृथ्वीवर तयार केले जातात' या मथळ्याचा माझा पहिलावहिला वैज्ञानिक लेख १९६९ च्या जुलै महिन्यात प्रसिद्ध झाला आणि विख्यात नू. म. वि. प्रशालेत विद्यार्थ्यांसमोर भाषण करण्याची संधी मिळाली.

नू. म. वि. प्रशालेच्या जगाशी तोंडओळख, तेथेच विज्ञान अध्यापकाची नोकरी... रसरशीत जिवंत, हुषार, प्रेमळ विद्यार्थी आणि स्नेही अध्यापक, कर्तबगार मुख्याध्यापक, संपन्न ग्रंथालय यांच्या सहवासातील तब्बल बावीस वर्षांचा सलग

'सोनेरी-सुगंधी' कालखंड वैयक्तिक आयुष्यात अविस्मरणीय ठरला. चिकित्सक-ज्ञानपिपासू विद्यार्थी आणि समाज व प्रबोधन करण्याच्या सुप्त हेतूने वृत्तपत्रीय लिखाणाचा छंद जडला.

विज्ञान, भौगोलिक घडामोडी, आश्चर्ये, प्राणी, वनस्पती, क्रीडाप्रकार, मुलाखती, प्रवासवर्णने, पुस्तक परीक्षणे—अशा विविध विषयांवर प्रामाणिकपणे लिहीत गेलो. असंख्य विद्यार्थी, स्नेही, ज्ञात-अज्ञात वाचक, मार्गदर्शक, संपादक यांच्या अमोल पाठिंब्यामुळे हजारभर लेख सहजपणे प्रसिद्ध झाले.

लेखांच्या कात्रणांचा संग्रह काटेकोरपणे करीत राहिलो. कात्रणांच्या वह्या त्रासदायक वाटू लागल्या. वयोमानामुळे कागदही जर्जर होऊ लागले. ऑगस्टमध्ये माझा एक चाणाक्ष, मनमिळाऊ विद्यार्थी डॉ. मंदार परांजपे कामानिमित्त घरी आला होता. माझ्या लेखांचा पसारा पाहून त्याने काही वह्यांवर कटाक्ष टाकला. "सर, या लेखसंग्रहाचे आता काय करणार आहात?" या त्याच्या प्रश्नावर माझ्याकडे काहीच उत्तर नव्हते.

मंदारने त्याचे स्नेही दिलीपराज प्रकाशनाचे श्री. राजीव बर्वे यांना सहजपणे ओळख करून देण्याच्या दृष्टिकोनातून घरी पाचारण केले. लेखांचा संग्रह अस्ताव्यस्त पडलेला होता. त्यांच्या चाणाक्ष, अनुभवी दूरदृष्टीने काही मिनिटांतच लेखविषयांवरून शोधक नजर फिरवली. म्हणाले, "अहो, या संग्रहाची पुस्तके ज्ञानवर्धक आणि मनोरंजक ठरतील, वाचकांना आवडतील. फक्त परवानगी द्या." त्यावर ठीक आहे, तुम्ही ताबा घ्या— एवढेच बोलून मी मोकळा झालो.

मनातही नव्हते ते प्रत्यक्ष साकारले आहे, या अवस्थेची मला कल्पनाही नव्हती. सौ. यशोदिता सावकार यांनी अमूल्य वेळ देऊन प्रत्येक लेखाचे वाचन, निवड, फायलिंग, अनुक्रमणिका इ. सोपस्कार केले. त्यांच्या सहाकार्याशिवाय काहीच झाले नसते. या सहृदयी, आपुलकीयुक्त व्यक्तींमुळेच पुस्तकयोग मूर्त स्वरूपात आला आहे.

वाचकांना मनोरंजनयुक्त ज्ञानप्राप्ती व्हावी, हा अंतस्थ हेतू पुस्तकरूपात प्रत्यक्षात आणण्याचे श्रेय श्री. राजीव बर्वे, दिलीपराजचे सहकारी, डॉ. मंदार परांजपे, सौ. सावकार यांचेच आहे. वाचक या पुस्तकांचे स्वागत करतील, ही अपेक्षा बाळगतो.

– अनिल दांडेकर

अनुक्रमणिका

१. महाप्रयासातून साकारलेला महामार्ग

दुसऱ्या महायुद्धाच्या सहा-सात वर्षांच्या धुमश्चक्रीने अनेक कायापालट झाले. प्रत्यक्ष युरोपात तर अनेक प्रदेश, गावे, शहरे बेचिराख झाली; तर पूर्व दिशेला जपानने मुसंडी मारून आशिया खंडात हाहाकार उडवून दिला. अत्यंत धाडसी स्वरूपाच्या आघाड्या, जबरदस्त वेग, टोळधाडीप्रमाणे सर्वनाश करण्याची प्रवृत्ती यांमुळे जपानी सैनिकांनी चीन, थायलंड, सिंगापूर यांसारख्या देशांमध्ये केलेल्या अत्याचारांना खरोखरीच 'अवर्णनीय' असा शब्द वापरावा लागेल.

या सर्व घडामोडींत बर्मा (ब्रह्मदेश) या राष्ट्राची फारच कमी हानी झाली. पश्चिमेकडे पारतंत्र्यात असलेला आणि सुभाषचंद्र बोसांमुळे प्रभावित झालेला, भारत व त्याचा आसाम-नागालँडचा प्रदेश आणि पूर्व सीमा चीनशी भिडलेली, पश्चिम दक्षिण दिशेला मलाया, इंडोनेशिया या राष्ट्रांशी सलगी- यामुळे बर्मा देश जवळजवळ ९०% बंदिस्त झाला होता.

रंगून हे राजधानीचे ठिकाण उत्कृष्ट बंदर असल्यामुळे त्यांच्यामार्फत बर्माची व्यापारी नाडी सदैव कार्यरत होती. चीन हा पुरातन पण व्यापाराच्या दृष्टीने सदैव धडपडणारा असा प्रदेश होता. बर्माच्या पूर्व सीमेवरील लॅशिओ गावातून दक्षिण चीनमधील कुनमिंग गावापर्यंत जमीनमार्गे व्यापार कार्यरत होता. काळाची एकंदर पावले ओळखून चीनशी व्यापारी देवाण-घेवाण फायदेशीर असल्याचे हेरून बर्माच्या सरकारने बाओशिन, झियाग्वॉन कुनमिंग या भागातील रस्त्यांची १९३८-३९ मध्ये प्रचंड भक्कमपणे उभारणी केली. बर्मा रोड या नावाने तो महामार्ग ओळखला जाऊ लागला.

दुसऱ्या महायुद्धाचा वणवा १९३९ पासून फैलावू लागला. जपानची मदत घेऊन पूर्व दिशेकडून हल्ले चढवून भारताला स्वतंत्र करण्यास चीनसुद्धा सहभागी होणार, भारतीय सैनिक उठाव करणार, हातमिळवणी करून स्वातंत्र्यलढा उभारला जाणार- हे चाणाक्ष ब्रिटिशांनी हेरले होते.

पर्ल हार्बर बंदरात जपान्यांकडून झालेला जबरदस्त पराभव होईपर्यंत महायुद्धात प्रत्यक्ष अमेरिका सहभागी झाली नव्हती. परंतु ब्रिटिश सरकारला सातत्याने पाठिंबा देणे, शक्य तिथे आपले सैनिक पाठविणे, लष्करी मदत देणे इत्यादी पडद्याआडच्या हालचाली त्यांनी सुरू ठेवल्या होत्या. चीनशी व्यापार सर्व दृष्टीने फायदेशीर आहे, हे ओळखून इंग्लंड, अमेरिका यांनी भारताच्या पूर्व सीमेवरील लिडो गावापासून थेट कुनमिंगपर्यंत १९४२ मध्ये हवाई वाहतूक सुरू केली होती.

ढलडो ते कुनमिंग हवाई अंतर फक्त साडेसातशे किमी अंतराचे होते. माल-वाहतुकीची विमाने त्या डोंगराळ, निर्जन, दुर्लक्षित रस्ते-वाहतूक नसलेल्या प्रदेशांवरून उड्डाण करून व्यापार वाढवीत होती. रंगूनची नाकेबंदी केल्यास, ताबा मिळविल्यास बर्मा देशाची ससेहोलपट करता येणे शक्य आहे, त्यासाठी भारताशी जमीनमार्गे दळणवळण आवश्यक आहे, ही ऐतिहासिक गरज ब्रिटिश सरकारने बरोबर हेरली होती.

ढलडो गाव लोहमार्गाने कोलकत्याशी व्यवस्थित जोडले गेले आहे, व्यापार मोठ्या प्रमाणात होतो आहे व त्या प्रकारचे दळणवळण जमिनीमार्गे कुनमिंगपर्यंत करणे भविष्यातील गरज आहे- हे ब्रिटिश-अमेरिकन सत्ताधाऱ्यांनी अचूकपणे हेरले. लिडो ते कुनमिंग या पर्वतमय प्रदेशांवरून उड्डाण करताना इंग्लंड, अमेरिका ह्या राष्ट्रांची सहाशेच्या आसपास विमाने नष्ट झालेली होती. या कारणांमुळे पर्यायी मार्ग म्हणून जमिनीवरून रस्ता करणे केवळ अपरिहार्य होते.

त्यातच १९४२ मध्ये जपानी फौजांनी रंगूनच्या आसपासचा प्रदेश ताब्यात घेतला.

अमेरिकेने त्यांच्या लष्कराचे जनरल जोसेफ स्टीलवेल यांच्याकडे बर्मा-चीन-थायलंड या प्रदेशांची सूत्रे सोपविली. अमेरिकन सैनिक बऱ्याच युद्धसामग्रीसह उत्तर बर्मामध्ये उतरले. ब्रिटिश सैनिकांना ते सर्वतोपरी साह्य करत होते. ब्रिगेडियर लेविस पिक्स या तज्ज्ञ अभियंत्याकडे लिडोपासून उत्तर बर्माच्या जंगलातून जाणारा महामार्ग तयार करण्याचे कठीण काम सोपविण्यात आले.

लेविस पिक्स हे अत्यंत हुशार, धाडसी इंजिनिअर होते. त्यांच्या नेतृत्वाखाली आधुनिक सामग्री असलेले भारतीय, ब्रिटिश सैनिक महामार्ग कामाला सज्ज झाले. परंतु दाट जंगलांचा प्रदेश, दलदल, मलेरियाचा प्रचंड प्रार्दुभाव आणि अत्यंत कठीण विपरीत हवामान यामुळे महामार्ग तयार करणे महाकठीण आहे, हे दोन महिन्यांतच त्यांच्या लक्षात आले. तोपर्यंत जपानी सैनिकांनी बर्माचा दक्षिण आणि मध्यभाग ताब्यात घेतला होता. जपान्यांची मुसंडी विलक्षण वेगाने सरसावत होती. जपान्यांना वेळीच आवरले नाही, तर महामार्ग तयार करण्याची

योजना कागदावरच राहील, अशी स्थिती १९४३ मध्ये निर्माण झाली.

जपानी सैन्याने १९४२ च्या डिसेंबर महिन्यात चहूबाजूंनी मुसंडी मारली. निम्मा ब्रह्मदेश पादाक्रांत झाला होता. सुभाषबाबूंच्या नेतृत्वाखाली आझाद हिंद फौज इंफाळच्या परिसरात आगेकूच करू लागली होती. मायथी किआना येथील धुमश्चक्रीत इंग्रज, अमेरिकन आणि ब्रह्मदेश या तीन राष्ट्रांचे सुमारे दोन हजार सैनिक केवळ पंधरा दिवसांत मृत्युमुखी पडले. अगदी उघड्यावर जखमींना सेवाशुश्रुषा देण्याची वेळ आली होती. त्या वेळी जनरल लेविसने अत्यंत आवेशपूर्वक घोषणा केली- 'अमेरिकन लढवय्यांच्या परिसरात चिखल, पाऊस, जंगल, मलेरिया यांनी थैमान मांडले आहे. जपान्यांनी आपल्या गळ्याचा घोट घेण्याची पूर्ण तयारी केलेली आहे. आता आपण हातपाय गाळले, तर आपण या चिखलात कायमची विश्रांती घेऊ. काहीही झाले तरी लेडो ते लाशिओ हा साडेतीनशे किमीचा रस्ता आपण बांधून लष्करी आश्चर्य साकारणार आहोत. हा रस्ता म्हणजेच या प्रदेशातील रक्तवाहिनी ठरणार आहे.'

या आवेशपूर्ण भाषणाचा योग्य तो परिणाम झाला. आश्चर्य म्हणजे, सामान्य गावकऱ्यांनीसुद्धा श्रमदानामार्फत कार्याला हुरूप निर्माण करून दिला. यामध्ये अमेरिकन, ब्रिटिश सैनिकांनी अत्यंत हुशारीने, चलाखीने, चपळपणे हालचाली केल्या.

रंगून बंदरात प्रचंड प्रमाणात कोळशाचा साठा साठवून ठेवला होता. त्यांनी रेल्वेच्या सुमारे सातशे वाघिणी ताब्यात घेतल्या. अहोरात्रपणे काम करून मजुरांमार्फत डब्यांमध्ये कोळसा भरण्यात आला. त्याच वेळी सर्व डब्यांना बाहेरून हिरवा गडद रंग फासण्यात आला. जंगलातील रुळांवरून जाताना शत्रूला डबे ओळखता येऊ नयेत, ही कल्पना संपूर्णपणे यशस्वी ठरली. पाच दिवसांत कोळसा, डांबर यांचा पुरवठा झाल्याने बर्मा रोडचे बांधकाम विलक्षण वेगाने सुरू झाले.

जपान्यांना कल्पना येण्याच्या आत लिडो, नामलिप, हुकावांग, झादझूप, भामो इथपर्यंत बर्मा रोड सुमारे साडेचारशे किमी लांब, पन्नास ते साठ फूट रुंद अशा प्रकारे केवळ साडेचार महिन्यांत अस्तित्वात आला. त्या रोडवरून प्रामुख्याने लष्करी सामग्री नेणारे ट्रक, रणगाडे यांची वाहतूक रात्रीच्या अंधारात होत असे.

दिवसा जंगलात, खेड्यापाड्यांत राहणारे ब्रह्मी, नागा, त्या परिसरातील इतर लोक बैलगाड्यांतून मालाची ने-आण करीत असत. त्या रस्त्यामुळे आतापर्यंत दुर्लक्षित, अनोळख्या भागाचे भाग्य उदयास आले. चांगल्या दर्जाचे लाकूड,

साग, धान्य यांची विक्री होऊ लागल्याने विशेष करून खेडुतांना भरपूर आर्थिक फायदा होऊ लागला. येथपर्यंत भविष्याची वाटचाल ओळखून चीनचा सर्व सत्ताधीश चँग-कै-शेक याने झिअगान, बाओशान, वाडिंग, लाशिओ हा रस्ताही पूर्णत्वास नेला.

अशा प्रकारे साधारणत: अडीच हजार ते सात हजार फूट उंचावरील डोंगराळ भागातील सुमारे साडेअकराशे मैल लांबीचा 'बर्मा रोड' पूर्ण होण्यास केवळ दुसरे महायुद्ध कारणीभूत ठरले. ब्रह्मदेशासारख्या मागास देशाला ते कायमस्वरूपी वरदान ठरले.

❑❑❑

२. ईजिप्तशिअन सम्राटांच्या दफनभूमीत

पृथ्वीतलावर सर्वप्रथम मानव केव्हा व कसा तयार झाला, त्याची प्रगती कशाप्रकारे होत गेली याबद्दल असंख्य शास्त्रज्ञ आणि संशोधकांचे मनात कुतहूल असते. पृथ्वीच्या पाठीवरील, विविध देशांतील शास्त्रज्ञ त्याचा मागोवा घेत आहेत. माणसांच्या उत्पती संदर्भात वेगवेगळ्या प्रकारची तत्वे सादर केली जातात. याचबरोबर मनुष्य हा प्राणी इतर प्राण्यापेक्षा केव्हा व कसा सुधारित झाला, त्याची प्रगती कोणकोणत्या टप्प्यामार्फत घडत गेली. यासाठी पुरातत्वसंशोधक, जीवाश्म संशोधक सातत्याने प्रयत्न करीत आहेत.

पृथ्वीवर साधारणत: पाच ते आठ हजार वर्षापूर्वीच ग्रीस, रोम, भारत, ईजिप्त, चीन, मेक्सिको, या देशांमध्ये राजेशाही नांदत होती. शतकानुशतके राजघराण्यांनी सत्ता गाजविली. सत्तेच्या कालखंडात साहित्य, कला, शिल्पकला, चित्रकला, वाङ्मय, इत्यादी अनेक सांस्कृतिक उपांगाची प्रगती झाली. कालांतराने

राजघराणी नष्ट झाली. वेगवेगळ्या प्रकारच्या नैसर्गिक घटनांमुळे त्यांची संस्कृती पूर्णपणे नष्ट झाली. काही ठिकाणी त्या सांस्कृतिक घटकांचे अवशेष कोठेतरी निद्रिस्त अवस्थेत शिल्लक असल्याचे आढळून येते. प्रचंड परिश्रम करीत वर्षानुवर्षाचा कालखंड संथगतीने, प्रयोगांसाठी वापरून अलीकडच्या अत्याधुनिक यंत्रणेचा वापर करून भूतकाळातील माहिती आश्चर्यकारक स्वरुपात उपलब्ध होत आहे. राजे-महाराजे सम्राट त्याच्या जिवंतपणी धनवान आणि पराक्रमी होतेच. सर्वसाधारणपणे मृत्यूनंतरही आपणास आपल्या आत्म्यास चांगले जीवन जगता यावे अशी अपेक्षा होती. मृत्यू म्हणजेच अमर असलेला आत्मा. फक्त जुने शरीर बदलतो. हा समज पक्का होता. त्यामुळेच त्या आत्म्याचे हाल होऊ नयेत म्हणून दागदागिने, वापरांतील वस्तू, कपडे, आयुधे मृतदेहाचे जवळपास पुरण्याची प्रथा सुरू झाली. जिवंत असताना आपल्या ऐश्वर्याने सत्तेने राजे जवळच्या नातेवाईकांना, अधिकाऱ्यांना, उत्तराधिकांऱ्याना इतके मिंधे करून ठेवीत असत की, त्यांच्यामार्फत मृतदेहाची संपूर्ण सरबराई केली जात असे.

विशेषत: ईजिप्त-चीन या देशामध्ये मृतदेहाची अत्यंत काळजीपूर्वक देखभाल करण्याचे जणू शास्त्रच निर्माण करण्यात आले होते. पिरॅमिडस् स्पिंक्स मंदिरे, धरणे, कापसाचे तलम कपडे यासारख्या वस्तूंमार्फत पृथ्वीतलावर अजरामर झालेल्या ईजिप्त देशात तर मृतदेहांची काळजी घेणारे 'ममी' बनविणारे शास्त्र उच्च प्रकारे कार्यरत होते.

तुतनखामेन, फेरोज, रॅन्मसेस, नाफरेटी इत्यादी राजघराण्यांनी ईजिप्तवर सत्ता गाजविली. अनेक भौगोलिक राजकीय कारणांमुळे ती राजघराणी नामशेष झाली पण त्यांचे अवशेष विविध प्रकारे उपलब्ध झाल्याने जणूकाही भूतकाळाचे माहितीपत्र, वर्तमानपत्र आता पुरातत्त्व संशोधकांना सापडले आहे. १८२५ मध्ये जेम्स बर्टन या संशोधकाला नाईल नदीच्या परिसरात संशोधन करीत असताना काही पुरातन भित्ती रंगकामाचे अवशेष आढळले. तोच धागा कायम ठेऊन १८२७ मध्ये जॉन विलकीन्सन या संशोधकाने नाईलच्या परिसरात उत्खनन केले. दोन वर्षाचे कालावधीत त्याला जुनी भांडी, धातुची आयुधे वगैरे आढळले. परंतु तुटपुंजी सामुग्री, कमी मनुष्यबळ आणि आर्थिक विवंचना यामुळे त्यालाही संशोधन मोहीम अर्धवट सोडून द्यावी लागली. त्याने त्या संदर्भात खूप लिखाण आणि अपेक्षा व्यक्त करून ठेवल्या. त्याच्या निरीक्षणानुसार ईजिप्तमध्ये खूप मोठ्या प्रमाणात पुरातन संस्कृत भूमिगत असावी, असा निष्कर्ष ठामपणे त्याने युरोपिअन संशोधकासमोर ठेवला. त्यानंतर १९५० च्या सुमारास नॅशनल

जिओग्राफीक या जागतिक दर्जाच्या संशोधक संस्थेने त्यात विशेष स्वारस्य दाखविले.

डॉ. विल्बर गॅरेट, केनेथ गॅरेट, केंट विक्स, ख्रिस्तोफर क्लाईन, डॉ. अहमद इसान इत्यादी संशोधकांनी वेळोवेळी उत्खनन करून ईजिप्त सम्राटांच्या प्रचंड दफनभूमीचे आणि तेथे साठविलेल्या अति प्रचंड सांस्कृतिक ठेव्याचे दर्शन जगाला घडवून आणले.

केनेथ गॅरेट यांना १९५५ चे सुमारास नाईल नदीच्या काठावर, ईजिप्तच्या मध्य प्रदेशातील करनाक आणि लक्सॉर या गावांच्या डोंगराळ भागात काही गुहा सापडल्या. त्या गुहा डोंगराच्या रांगात असून तेथे जाणारी वाट अरूंद निर्जन, दुर्लक्षित आहे. साधारणत: जमिनीपासून दीडशे-दोनशे फूट उंचीवर त्या गुहांचे प्रवेशद्वार होते. तेथील प्रवेशद्वारातून वीस-पंचवीस फूट आत खोदकाम केल्यानंतर त्यांना चिनीमातीच्या रंगीत वस्तू, सोन्याचे दागिने आढळले. त्यांनी आधुनिक छायाचित्रण व्यवस्था वापरून त्या परिसराचे भूमिगत चित्रण केले. प्राथमिक अंदाज बांधला. त्यानुसार त्या परिसरात असंख्य गुहा असून त्यात ईजिप्त संस्कृतीचा पुरातन इतिहास दडलेला आहे, हे निश्चित झाले. तो सर्व परिसर लष्कराच्या ताब्यात देण्यात आला. कोणत्याही प्रकारे लुटारूंनी, गावकऱ्यांनी तेथे अनाधिकृत प्रवेश करू नये आणि सामुग्रीची लुटालूट करू नये याची काळजी घेण्यात आली.

ईजिप्तमधील माहितीगार पुरातत्त्व संशोधक, कुशल कामगार आणि जागतिक दर्जाचे संशोधक मार्गदर्शक यांच्या पथकांनी ठिकठिकाणी संशोधनाला सुरुवात केली. १९६५ ते १९९५ सालापर्यंत या प्रदेशाचे संथ गतीने परंतु निश्चितपणे उत्खनन सुरू होते.

आता त्या संशोधनामार्फत आठशे चौरस मैलाच्या प्रदेशात तब्बल दीडशे गुहा, मंदिरे, प्रार्थना स्थळे, दफनस्थाने यांचा प्रचंड खजिना उपलब्ध झालेला आहे. वेगवेगळी हत्यारे, ब्रशेस वापरून गुहांच्या आतमध्ये शिरकाव करावयाचा. अवशेष आढळताच, विशेष तंत्रज्ञान वापरून पडझड न होता, भिंतीमधील कलाकृती खणून काढावयाची असे चिवट चिकट काम वर्षानुवर्षे करावे लागले.

या उत्खननात साधारणपणे इ. स. पूर्वी २००० वर्षापासून सुरू झालेला इतिहास आता सूक्ष्मरूपाने तयार करण्यात आला आहे. त्यानुसार अहमोसिस तुतमोसिस, तुतनखामेन, रामसेस, सेती, ताबोसेरेट या राजघराण्यांची बरीच माहिती उपलब्ध झालेली आहे. त्या उत्खननात सापडलेली हत्यारे, इतर

वापरावयाच्या वस्तू, तलम कापडात रासायनिक पदार्थ वापरून ठेवलेली मृतशरीरे, सोन्या-हिऱ्यांचे प्रचंड दागिने, खाद्यपदार्थ यांचे प्रचंड म्युझिअम कैरो आणि अलेक्झांड्रिया या दोन शहरांमध्ये बसविण्यात आले आहे. त्या संग्रहालयांना भेटी देऊन अनेक देशी-विदेशी पर्यटकांना गेल्या पाच हजार वर्षांचा ईजिप्तचा दैदीप्यमान इतिहास उलगडून पाहता येतो.

विशेषत: रामसेस राजघराण्यांनी विशिष्ट रंगद्रव्ये वापरून तयार केलेली भिंतीवरील चित्रे व त्यात चितारून ठेवलेले प्रसंग, राजघराण्यांची माहिती यामार्फत त्या वेळेच्या प्रथा, रूढी आणि चालीरीती यांची माहिती मिळते. फारोह राजांच्या चिनी मातीपासून बनविलेल्या पन्नास-साठ फूट उंचीच्या मूर्ती, पुतळे, मोठमोठ्या दालनांच्या भिंतीवरील कोरीव शिल्पे अचंबित करून टाकतात. ती सर्व उभारणी करण्यासाठी कोणते कारागीर होते याचीही माहिती मिळू शकते. नफरेती आणि तुतूनखोमन या अत्यंत प्रबल सम्राज्ञी आणि सम्राट यांची मृतशरीरे संपूर्णपणे सोन्याच्या पत्र्यात आहेत हिशोब केला तर त्या मृतदेहावरील दागदागिने जडजवाहिरे लक्षावधी रुपयांच्या किंमतीची आहेत. काही राजपुत्रांचे पुतळेही सोन्याचे बनविले आहेत. कोट्यावधी रुपयांची गुंतवणूक असलेले ते अवशेष म्हणजे एकेकाळी ईजिप्तची संस्कृती आलीशान, समृद्ध आणि प्रचंड श्रीमंतीची होती याची साक्ष पटवून देते.

❑❑❑

३. ईजिप्तच्या अतिपुरातन संस्कृतीवर प्रकाशझोत

ईजिप्त हा पृथ्वीवरील मानवाच्या, सांस्कृतिक उत्कर्षाचे दर्शन घडविणारा देश म्हणून गेल्या साठसत्तर वर्षात जगापुढे प्रकर्षाने आला आहे. पिरॅमिडस् स्पिंक्स, नाईल नदी वाळवंटातून वाहताना नाईल नदीने केलेला सुपीक प्रदेश यांची ओळख इतिहासभूगोल या विषयांमार्फत शालेय अवस्थेत आपणास होते. पुरातत्त्वशास्त्रज्ञांना खोदकाम करताना नाईल नदीच्या भूमध्यसागरांकडील त्रिभूज प्रदेशात साधारणत: गेल्या शंभर वर्षापासून वेगवेगळ्या वस्तू, अवशेष आढळून येऊ लागले.

अवशेषांचा अभ्यास सखोल प्रकारे सुरू केल्यानंतर ईजिप्तमध्ये अती प्राचीन मानवी संस्कृती नांदत होती, मानवाची कलात्मकदृष्ट्या खूप प्रगती

झालेली होती. या प्रकारची माहिती मिळत गेली. ईजिप्तमध्ये इ. स. पूर्वी साधारणत: आठदहा हजार वर्षांपासून राजघराण्यांचे संपूर्ण वर्चस्व होते असे सिद्ध झाले.

ईजिप्तच्या विस्तृत अर्धवाळवंटी प्रदेशांकडे नजर टाकल्यास नाईल नदीच्या प्रवाहांमुळे झालेला कायापालट दिसून येतो. उत्खनन केले असता काही थडगीसुद्धा आढळून आली. थडग्यांचे उत्खनन केल्यानंतर अनेक सोपस्कर केलेले मृतदेह मिळाले. एकंदर सर्व परिस्थितीवरून ते मृतदेह राजघराण्यातील व्यक्तीचे असावेत, असा निष्कर्ष काढता आला. १९५० या कालखंडात 'नॅशनल जिओग्राफिक' नावाच्या जागतिक अभ्यासू संस्थेने लॅक्झॉरच्या भागात खूप उत्खनन, संशोधन केले. सुमारे दीडशे गुहा पंधरा चौ. कि. मी. च्या प्रदेशात विखुरलेल्या आढळल्या. विविध प्रकारच्या शास्त्रीय चाचण्यांमार्फत त्या भागात तुतूनखामेन, फारोह या राजघराण्यांची दफनभूमी असल्याचे निश्चित झाले. मृत्यूनंतरही सर्व प्रकारचे ऐषआरामी संरक्षित जीवन जगता यावे ही त्यामागची भूमिका संशोधकांना स्पष्ट करता आली.

अशाच स्वरूपाचे संशोधन नाईलच्या त्रिभूज प्रदेशात भूमध्यसागरांच्या जवळील भागात, कायरोच्या उत्तरेकडे गायझा, बाबास्टीस, इझाट, मानशाट गावांच्या जवळपास करण्यात आले. गेल्या आठ-दहा वर्षात या प्रदेशातील उत्खननातून अनेक प्रकारची कलात्मक भांडी, नित्य वापरांतील वस्तू, दागिने, कपड्यांचे प्रकार मोठ्या प्रमाणात मिळाले आहेत. या सर्व उत्खननातून इजिप्तमध्ये इ. स. पूर्वी सातआठ हजार वर्षे अत्यंत प्रगत, सुधारलेली मानव संस्कृती होती हे सिद्ध झाले आहे. गायझा शहरांजवळील पिरॅमिड्सच्या परिसरात १९९० मध्ये खोदकाम करता करता पुरातन लोकवस्तीचे अवशेष सापडले. त्या अवशेषांचा आणि जवळपासच्या भागाचे उत्खनन केल्यानंतर पिरॅमिड बांधणाऱ्या कारागिरांची ती वसाहत असावी असे निश्चित झाले. त्या अवशेषांमार्फत साधारणत: सहा-सात हजार वर्षापूर्वी घरांची, कामगाराच्या वसाहतीची रचना कशा प्रकारे होती याची बरीच माहिती उपलब्ध झाली. डॉ. झाही आवास हे इजिप्तमधील तज्ज्ञ पुरातत्व संशोधक आहेत, विशेष करून त्यांचा पिरॅमिड्स आणि त्यात साठविलेल्या प्राचीन वस्तूंचा खास अभ्यास आहे.

त्यांचे मार्गदर्शनानुसार पिरॅमिड्सच्या परिसराच्या उत्खननास, १९९४ मध्ये शास्त्रीय पद्धतीने सुरुवात करण्यात आली. उत्खननाचे कार्य चिकाटीचे, संथ गतीने चालणारे आणि अर्थातच कालमर्यादेच्या चौकटीत न बसणारे असते.

गायझा शहरांजवळील साक्कारा भागातील पिरॅमिडच्या तळाच्या भागात खुफू घराण्यातील सम्राटांची थडगी सापडली. त्या थडग्यांच्या जवळपास उत्खनन केल्यानंतर मिळालेला ऐवज म्हणजे अती प्राचीन ईजिप्तचा इतिहास आणि संस्कृतीचे संपूर्ण दर्शन आहे. यात एकूण लहान मोठ्या आकाराच्या मिश्र धातूच्या, दगडांच्या, चिनी मातीच्या साडेसातशे प्रतिकृती उपलब्ध झाल्या. आखानातेन राजाचा साडेपाच फूट लांबीचा तांब्याच्या धातूपासून तयार केलेला पुतळा फार आकर्षक आहे.

काही ठिकाणी सोन्याच्या पत्र्याचे मुखवटे मिळाले. काही ठिकाणी मृतदेह रासायनिक पदार्थांचा थर देऊन तलम रेशमी कापडात गुंडाळलेले आहेत. त्यांनाच ममीज असे संबोधतात. विचित्र आकाराच्या, भयावह भासणाऱ्या तोंडाचे प्राणी संगमरवरी, दगडात जास्त प्रमाणात आढळतात.

❏❏❏

४. झिआन येथील टेराकोटा शिल्प वसाहत

चिनमधील झिआन प्रांतांतील एका शेतात नांगरणी करताना काही कामगारांना चिनीमातीच्या पुतळ्यांचे अवशेष आढळले. बातमी गावभर पसरली आणि नंतरच्या उत्खननातून चिनच्या पुरातन वैभवाची माहिती जगाला मिळाली. सुरुवातीला कुदळीच्या सहाय्याने पुतळे अलगदपणे बाजूला करण्यात प्रयासपूर्वक यश मिळत होते. प्रथम धनुर्धारी सैनिक, चिलखत घातलेले सैनिक यांचे चार साडेचार फुटी, पूर्णाकृती चिनी मातीचे पुतळे सापडले. ते पुतळे अत्यंत रेखीव असून त्यांच्यावर नक्षीकामही अप्रतिम करण्यात आलेले होते. चेहऱ्यांवरील हावभाव व्यवस्थितपणे साकारलेले असल्याने व त्यांच्या चेहऱ्यांवर टिकाऊ रंगकाम केल्याने ते पुतळे सजीव असल्यासारखा भास होत होता.

तेथे सैन्यातील योद्ध्यांच्या सापडलेल्या वेगवेगळ्या हावभावाच्या कलाकृती, घोडे, खेचरे यांचेही पुतळे पाहून त्या परिसरात अजूनही गाडलेल्या स्वरूपात अवशेष असतील असा अंदाज आल्याने तो सर्व भाग संरक्षित केल्याचे सरकारने जाहीर केले. १९८० मध्ये खोदकाम चहूबाजूला सुरू झाले होते. लांबून पॅगोडाप्रमाणे दिसणाऱ्या एका टेकडीचे खोदकाम करण्याची कल्पना लि शो पेंग या संशोधकाला सुचली. आश्चर्य म्हणजे टेकडीच्या एका बाजूने खोदकाम करताना त्या तुकडीला दरवाजासारखा भाग आढळला.

दरवाजाच्या आजूबाजूची माती दूर केल्यानंतर आतील बाजूस मोठमोठे हॉल असल्याचे लक्षात आले. म्हणजेच तो परिसर टेकडीवजा पॅगोडा असावा, असा बाहेरून अंदाज आला आणि आतील पोकळीत मौल्यवान साठा ठेवण्याची क्लृप्ती योजण्यात आली होती. जास्त कलाकुसर जाणणारे तज्ज्ञ कामगार तेथे मोठ्या संख्येने उत्खननाचे काम करू लागले.

दोन आठवड्यांत त्यांना जाडजूड पैलवानांचे पाच - साडेपाच फूट उंचीचे भक्कम बांध्याचे पुतळे आढळून आले. एका पुतळ्याच्या हातात जाड बांबू होता. दुसऱ्या पुतळ्याच्या खांद्यावर भक्कम लोखंडी रिंग्ज आढळल्या. एका पैलवानाने आपले बलदंड खांदे, त्यावरील फुगीर स्नायू दाखविण्याची कृती केली होती. दुसऱ्या पुतळ्याने आपले दोन्ही तळहात अशा पद्धतीने ठेवले होते, की तो जणू एखादे काव्य म्हणून दाखवीत असावा. एका पुतळ्याने आपला उजवा हात उंचावून फक्त मधले बोट ताठ ठेवले होते. म्हणजेच त्या बोटावर थाळी गरगर फिरविण्याची कृती केली जात असावी. काही पुतळ्यांचे अंगावर ब्राँझ व चिनी मातीचे मिश्रण असलेली चिलखते आढळली. चिलखतांमध्ये रंगीत काचा, आरशांचे तुकडे असल्याने त्यात चेहऱ्याचा भाग न्याहाळता येत असावा. अशा प्रकारे विविध स्वरूपात मनोरंजन करून घेण्यात क्वीन शी हुआंग सम्राटाला विशेष आनंद प्राप्त होत असावा.

दुसऱ्या एका हॉलमध्ये भिंतीवर विविध क्षेत्रांची तैलचित्रे मोडक्या, तुटक्या अवस्थेत आढळून आली आहेत. त्यातील काही ठिकाणाचा रंग उडून गेला आहे; परंतु शिल्लक राहिलेले रंगकाम दोन हजार वर्षांपूर्वीचे आहे हे एक आश्चर्य मानले जाते. एका तैलचित्रात सम्राटाचा पंतप्रधान ली सी रोंगजी स्वत: जातीने लक्ष घालून तेथील थडग्याचे बांधकाम पूर्ण करून घेत असल्याचे लक्षात येते.

मधल्या हॉलमध्ये नऊशे किलो वजनाचे, तीन फूट व्यास असणारे ब्राँझचे अजस्त्र भांडे आढळून आले. चीनभर ठिकठिकाणी सापडलेल्या वस्तूंमधील

ते सर्वांत मोठे भांडे आहे. त्या भांड्यांच्या बाह्य भागात कोरीव कामाची रेलचेल आहे. त्या कोरीव कामाची शिल्पे समजावून घेण्यासाठी, संपूर्णपणे रचना समजण्यासाठी खास तीक्ष्ण सुया आणि ब्रशेस तयार करून घेण्यात आले. सहा महिने दोन कारागीर त्या भांड्याचा पृष्ठभाग स्वच्छ करण्यात मग्न होते. त्या नक्षीकामाच्या आधारे प्रचंड स्वरूपाची ऐतिहासिक माहिती उपलब्ध झालेली आहे.

नकला करणारे विदूषक-तिसऱ्या दालनात हसरे, विशिष्ट हावभाव केलेले, नृत्यप्रकार करणारे, नकला करणारे विदूषक आढळले. सम्राटांचे मनोरंजन करण्यासाठी दरबारात अशा विदुषकांची फार जरुर पडत असावी. आपल्या आत्म्याची उपासमार होऊ नये म्हणून डुकरे, गाय, बैल, कुत्रे, हरीण, ससा इत्यादी प्राण्यांचे पुतळे मोठ्या प्रमाणात आढळून आले. त्या पुतळ्यांचे चेहऱ्यांवरील हावभाव मात्र, लवकरच कसाई येणार आणि तो त्या प्रत्येक प्राण्याचे शीर धडापासून वेगळे करणार अशा प्रकारची चेहरेपट्टी तेथे आढळून आली. एका दालनात जमिनीपासून पंचवीस फूट खोलवर हत्ती, गाय, म्हैस यांसारख्या प्राण्यांचे मोठेमोठे कळप ओळीने उभे केल्याचे दृश्य दिसून येते. एकासारखे एक दिसणारे पुतळे संख्येने हजार-बाराशे इतके असून त्यांची उंची दोन-अडीच फूट आणि कोरीव कामात विलक्षण सजीवता आहे.

वेगवान घोड्यावरून दौड घेणारा सैनिक, भालाफेक करून प्राण्याच्या गळ्याचा छेद घेणारा शिकारी, नृत्य करणाऱ्या महिला, अंगावर लहान बाळाला घेऊन वाटचाल करणारी माता, शेतकाम करणाऱ्या मजुरांच्या हालचाली असे एकेक पुतळे म्हणजे चीनच्या अतिप्राचीन संस्कृतीची, इतिहासाची पाने आहेत. ते पुतळे तयार करणारे कारागीर, पुतळ्यांसाठी विविध मिश्रणांची कसदार माती भाजून तयार करणारे कुंभार मात्र इतिहासाला अज्ञात राहिले आहेत. चीनच्या प्राचीन संस्कृतीचे दर्शन घडविणारा हा शोध जगात कौतुकाचा विषय ठरला आहे.

❑❑❑

५. हिरा : एक नैसर्गिक वरदान व शाप

निसर्गामध्ये अमाप संपत्ती साठविलेली आहेत. भूमिगत तेल, वायू, खनिजे, सोने, चांदी, पिण्याचे पाणी यासारख्या नैसर्गिक साठ्यांवर मानवाचे भवितव्य पुरातन काळापासून अवलंबून आहे. भूगर्भातील जडणघडणीत स्वच्छ शुद्ध कार्बन खोलवर गाडला जातो. कार्बनवर प्रचंड दाब, उष्णता यांचा वर्षानुवर्षे परिणाम होऊन त्याचे रूपांतर पृथ्वीवरील एका अत्यंत कठीण अशा पदार्थात होते. साधारणत: भूगर्भात दोन अडीच किलोमीटर अंतरावर हिऱ्याच्या साठ्यांचा समुदाय आढळतो. आजूबाजूच्या दगडांच्या, मातीच्या घोळक्यातून त्याला वेगळे करणे आणि जमिनीवर आणणे प्रचंड यातायातीचे असते. हिऱ्याच्या स्फटिकाला ठराविक पैलू पाडणे यासाठी उच्च दर्जाचे कौशल्य लागते. या सर्वांचा एकत्रित परिणाम म्हणजेच हिऱ्याची किंमत जबरदस्त वाढते.

हिऱ्यांपासून तयार केलेले दागिने शोभिवंत वस्तू, अंगठ्या, नेकलेस यांची किंमत जबरदस्त असते, कारण त्याचा टिकाऊपणा आणि सौंदर्य याला तोड नसते. कोहिनूर, गार्नेट, डी बिअर्स आदी हिऱ्यांची नावे जगप्रसिद्ध आहेत कारण ते हिरे वजनदार व पैलूदार असून त्याचा आकार लहान असल्याने वेगवेगळ्या मार्गाने त्याची चोरी होते. शरीराच्या भागांत लपविणे, गिळंकृत करणे व तपासणी झाल्यानंतर अस्तित्वात आणणे यासारखी कामे आंतरराष्ट्रीय पातळीवर घडत असतात. व्यक्ती-व्यक्तींमध्ये, कंपन्यांमध्ये पैलू पाडणाऱ्या कारखानदारांमध्ये, देशादेशांमध्ये केवळ हिऱ्यांमार्फत अनेक प्रकारचे ताणतणाव, युद्धे झालेली आहेत. कांगो, सिएरालिओन, अंगोला या गरीब आफ्रिकन देशांमध्ये ठिकठिकाणी खडकाळ प्रदेशांतील मातीमध्ये हिऱ्याची लहान लहान स्फटिके आढळून येतात. हजारो टन माती चाळणे, पाण्यात धुवून, स्फटिक बाजूला करणे व त्या स्फटिकांची वर्गवारी करून त्यामधील हिरे बाजूला करणे हे अत्यंत जोखमीचे, जिकिरीचे काम असते. डी बिअर्स ही जागतिक दर्जाची हिऱ्याची व्यापार करणारी कंपनी प्रतिवर्षी अब्जावधी डॉलर्सची उलाढाल करते.

बोट्स्वाना, दक्षिण आफ्रिका, रशिया, किंबर्ले, अंगोला येथील हिऱ्याच्या खाणी गेली शंभर सव्वाशे वर्षे कार्यरत आहेत. सरासरीने त्या साडे-पाच किलोमीटर्स खोलपर्यंत गेलेल्या आहेत. त्यांनी साधारणतः शंभर-सव्वाशे चौरस किलोमीटर्सचा प्रदेश व्यापलेला आहे. आजूबाजूचा प्रदेश संपूर्ण संरक्षणात असतो. हिऱ्यांचे उत्खनन, स्वच्छता, पैलू पाडणे, वाहतूक आणि विक्री हा जगातील एक अतिप्रचंड आर्थिक क्षमतेचा व्यवसाय आहे. साधारणतः दोन कोटी कामगार या व्यवसायात समाविष्ट आहेत. रशिया, कॅनडा, दक्षिण आफ्रिका, बोट्सवाना, कांगो, ऑस्ट्रेलिया, सिएरा लिओन ह्या देशांमधील खाणीतून प्रचंड प्रमाणावर प्रतिवर्षी पाचशे-सहाशे दशलक्ष, हिरेसदृश्य, खडे काढण्यात येतात. या देशांतून काढलेले हिरे तेलआव्हीव (इस्त्रायल) टोकीयो, मुंबई, लंडन, अँटवर्प, न्यूयॉर्क येथे पाठविण्याचा व्यवसाय फार मोठा आहे. बँकॉक, सूरत, न्यूयॉर्क, तेलआव्हीव या शहरांमध्ये हिऱ्यांना कलात्मक पद्धतीने पैलू पाडण्याचे आणि त्यांना अत्यंत दिमाखदार करण्याचे कार्य केले जाते. अशा रीतीने तयार झालेले पैलूदार आकर्षक आणि किंमतवान हिरे जगाच्या ठिकठिकाणच्या भागातून टोकियो (जपान), वॉशिंग्टन (अमेरिका), येथील मुख्य बाजारपेठेत पाठविण्यात येतात. अत्यंत कडक सुरक्षतेमध्ये या ठिकाणी रोज लक्षावधी डॉलर्सच्या किंमतीचे हिरे आणण्यात येतात. तेथे तज्ञांच्या मार्गदर्शनानुसार आणि इलेक्ट्रॉनिक यंत्रणेमार्फत

प्रत्येक हिऱ्याची, त्याच्या घनतेची, कठीणतेची, पैलूदारपणाची तपासणी करण्यात येते. त्यानंतर दुय्यम संघटनेमार्फत आफ्रिका, आशिया खंडातील बहुतेक देशांना, त्याच्या मागणीनुसार हिरे पाठविले जातात. हिऱ्यांचे दागिने, अंगठ्या कारागीर संघटनांतर्फे करण्यात येतात. सम्राट, राजघराण्यातील व्यक्ती, अतिश्रीमंत, कारखानदार त्यांच्या वैयक्तिक आवडीनुसार डिझाइन्स ठरवून हिऱ्याच्या दागिन्यांची ऑर्डर देतात. अर्थात अशा दागिन्याची किंमत लक्षावधी रुपये असते. मध्य आशियांतील मिर या शहरांपासून, सैबेरियाच्या भागांत १९५७ पासून हिऱ्याच्या खाणीचे उत्खनन केलेले दगड, माती व त्यात लपलेले हिऱ्याचे स्फटीक ट्रकमार्फत वेटोळ्या घाटमय रस्त्यातून बाहेर आणले जातात. हा प्रवास तब्बल ९० मिनिटांचा असतो. आतील कामगारांना स्वच्छ व शुद्ध हवा पुरविण्यासाठी आणि त्यांची ने-आण करण्यांसाठी लक्षावधी रुपये खर्ची पडतात.

डी बिअर्स कंपनीने बोट्सवाना देशात आरोवा गावाजवळील खाणीत कोट्यावधी रुपये खर्चून यंत्रणा उभारली आहे. त्यातून दररोज तीन-साडेतीन टन माती, बारीक दगड चाळले जातात. गतवर्षी त्या खाणीतून अडीच अब्ज डॉलर्स किंमतीचे हिरे मिळविण्यात आले. आता लेसर किरण वापरून हिऱ्यांना पैलू पाडतात, हिऱ्यांच्या स्फटिकांत रंग भरून जास्त आकर्षक करतात.

❏❏❏

६. आफ्रिकन आदिवासींची वैशिष्ट्यपूर्ण जीवनशैली

आफ्रिका खंड अनेक प्रकारच्या विविधतेने सामावलेला आहे. त्यामधील वैशिष्ट्यपूर्ण वन्यजीवन, अनेक प्रकारच्या जाती जमाती, त्या जमातींच्या हर तऱ्हेच्या सवयी, रितीरिवाज यांच्या संदर्भात अनेक शास्त्रज्ञांनी विविध प्रकारचे संशोधन केले आहे. विलक्षण स्वरूपाची माहिती उपलब्ध झालेली आहे.

आफ्रिका खंडाच्या पश्चिम किनाऱ्यावरील कॅमेरून हा देश अनेक वर्षे फ्रेंच, डच लोकांच्या अधिपत्याखाली भरडला गेला. शतकानुशतके पारतंत्र्यात खितपत पडल्याने त्यांच्या सांस्कृतिक जीवनाचे संपूर्ण खच्चीकरण झाले. तथापि कॉम ह्या जमातीची काही वैशिष्ट्ये अद्यापही टिकून आहेत. कॉम ही जमात कॅमेरूनच्या मध्य भागात जास्त प्रमाणात वास्तव्य करते.

कॉम जमातीमधील व्यक्ती मुख्यत्वे करून शेतकरी, गुराखी आहेत. त्या प्रदेशांत अद्यापही राजघराण्याची परंपरा अस्तित्वात आहे. सॅनयेत राजघराणे त्या जमातीवर गेली साडेतीनशे वर्षे राजीखुषीने राज्य करीत आहे. या राजघराण्याचा

मानदंड म्हणून एक टिकाऊ लाकडाची कोरीव मूर्ती दोनशे वर्षे परंपरागत राजघराण्याच्या संग्रहालयात ठेवण्यात आलेली आहे. त्या मानवी मूर्तीवर वेगवेगळ्या रंगाच्या मण्यांचे हार घातले असून ती मूर्ती बंदीस्त अशा काचेच्या कपाटात ठेवण्यात येत असे. काही महत्त्वाच्या प्रसंगी ती मूर्ती राजप्रसादाच्या बाहेरील अंगणात ठेवण्यात येत असे. मूर्तीचे दर्शन घेतल्याने पीकपाणी चांगले येईल. जमातीमध्ये सामंजस्य कायम राहील आणि कोणत्याही प्रकारचा त्रास; दर्शन घेणाऱ्याला आयुष्यभर होणार नाही अशी समजूत ठामपणे असल्याने अफो ए कॉमला अनन्यसाधारण महत्त्व प्राप्त झाले आहे.

अशा देवासमान मूर्तीची १९७४ च्या ऑगस्ट महिन्यात चोरी झाली. ती मूर्ती मूळच्या जागेवरून अदृश्य झाल्याचे लक्षात आल्यानंतर एक प्रकारचा हल्लाकल्लोळ माजला. सर्व जमातीमध्ये नैराश्यतेचे वातावरण निर्माण झाले आणि आता जमातींवर मोठे संकट येणार या भावनेने सर्वांनाच त्रासून टाकले. त्यावेळी नसॉम नगवे हा राष्ट्रप्रमुख होता. त्याने आपल्या लष्कराला, शेजारच्या मित्रराष्ट्रांना, आंतरराष्ट्रीय व्यापार करणाऱ्या संघटनांना, स्थानिक पोलिसांना अफो ए कॉम मूर्तीचा शोध घेण्याच्या आज्ञा दिल्या. सगळ्या संघटनानी आपापल्या परीने शोधाची कसून तपासणी सुरू केली. ती मूर्ती चोरण्यांमध्ये चोरांनी विलक्षण कल्पकता दाखविली होती.

मूर्ती ठेवलेल्या संग्रहालयाच्या मागील दाराच्या बिजागऱ्या, खिळे उचकटून ठेवले होते. त्यामुळे दाराला धक्का देताच फारसा आवाज न होता दार उघडले गेले असावे. अर्थातच रात्रीची वेळ सोयीस्कर होती कारण सगळ्या परिसरात एखाद दुसरा पहारेकरी त्या वेळी असायचा. संग्रहालयातून मूर्तीची चोरी झाल्यानंतर तेथील गुप्तहेर खात्याने चोरी कशाप्रकारे झाली असेल याची संपूर्ण माहिती संकलित केली. त्यानुसार चोरांनी मागील दारातून प्रवेश केला होता. दालनातील इतर कोणत्याही वस्तूंना हात लावला नव्हता. काचेच्या आवरणाला अलगद धक्का मारून आवरण तोडून टाकले होते. ती मूर्ती शिताफीने उचलून एका मोठ्या पिशवीत किंवा पोत्यात घातली असावी. त्यातही विलक्षण प्रकार म्हणजे ती मूर्ती उचलून झाल्यावर तेथे त्याचसारखी दिसणारी नकली मूर्ती ठेवून पोबारा केला होता!

दुसऱ्या दिवशी दुपारी संग्रहालयाचे प्रमुख नजोंगा यांच्या नजरेस ती घटना समजून आली. तेथे काहीतरी काळेबेरे असावे असे त्यांच्या लक्षात आले. त्यांनी मूर्ती उचलून पाहिली ती वजनाने हलकी होती. त्यावर घातलेल्या मण्यांच्या

माळा अगदीच हलक्या प्रतीच्या होत्या. म्हणजे अक्कलहुशारीने चोरांनी मूळ मूर्ती उचलली होती आणि लक्षात येऊ नये म्हणून त्या जागी दुसरी हुबेहूब दिसणारी मूर्ती ठेवली होती.

जास्त माहिती काढता काढता त्या भागांतून भल्या पहाटे एक ट्रक निघून गेल्याचे लक्षात आले. त्या ट्रकचा मागोवा घेताना तो ट्रक राजधानीचे ठिकाण यावुंदा येथे गेल्याचे निश्चित झाले. शहराचा विस्तार प्रचंड असल्याने शोध घेण्यात दिशा मिळत नव्हती. तोपर्यंत मूर्तीची छायाचित्रे काढून ती वेगवेगळ्या देशांमध्ये रवाना करण्यात आली. येथपर्यंत तीन महिने उलटून गेले. कॅमेरूनच्या कॉम जमातीमध्ये सुतकी वातावरण होते. जणू काही घरातील एखादी व्यक्ती मृत झाल्यासारखे वातावरण प्रत्येक घरात जाणवत होते.

आणि अचानकपणे त्या पुतळ्याचा शोध अमेरिकेत लागला. न्यूयॉर्कमधील स्कार्सडेल या उपनगरात लॉरेन्स गुसमॅन नावाचा एक व्यापारी होता. त्याला आफ्रिकन कलावस्तू जमविण्याचा छंद होता. त्याचे वेगवेगळ्या एजंटस बरोबर व्यापारी संबंध होते. त्याने एका एजंटकडून तीस हजार डॉलर्स रक्कम देऊन त्या पुतळ्याची खरेदी केलेली होती. त्याने ती छायाचित्रे पाहून वॉशिंग्टनमधील आफ्रिकन म्युझियमचे संचालक वॉरेन रॉबिन्स यांचेशी संपर्क साधला. एकंदर वर्णन पाहून तो सव्वा चार फूटाचा लाकडी पुतळा म्हणजे कॅमेरूनमधील चोरी झालेल्या अ‍ॅफो ए कॅमचाच पुतळा असल्याचे प्राथमिक निष्कर्ष काढण्यात आले.

इंटरनॅशनल पोलिसांच्या मदतीने लॉरेन्सकडून तो पुतळा ताब्यात घेण्यात आला. प्रथम तो पुतळा पोलिसांकडे सुपूर्त करण्यात लॉरेन्स नाराज होता कारण त्याच्यावर चोरीचा आळ येणार होता आणि तो खरेदी करण्यासाठी भरपूर रक्कम मोजली होती. रॉबिन्स यांनी मध्यस्थी करून लॉरेन्सला खर्चाची रक्कम देण्याचे मान्य केले. तेथपर्यंत तो पुतळा मूळचाच आहे याची खात्री करून घेण्यासाठी कॅमेरूनहून त्या जमातीमधील लायकोमे नावाच्या ज्येष्ठ कारागिराला मुद्दामहून बोलावून घेण्यात आले. तो पुतळा लायकोमे याने गेली पन्नास वर्षे हाताळलेला होता. तो ज्येष्ठ कारागिर त्या जमातीमधील ज्ञानी व्यक्ती म्हणून त्याचेकडे आदराने पाहिले जात असे.

तो अमेरिकेत पोहचून त्याने त्या पुतळ्याची सर्वांगीण पहाणी, तपासणी केली. त्यानुसार तो पुतळा मूळचाच आहे हे त्याने अभिमत व्यक्त केले. त्या पुतळ्याच्या डोळ्याच्या पापण्या संगमरवराच्या दगडातून तयार केल्या होत्या. त्याच्यावर असलेल्या मण्यांचे आवरणात काही ठिकाणी चंदन वापरले आहे

याची त्याला कल्पना होती. हे सर्व बारकावे त्याने तपासून तो पुतळा म्हणजेच कॉम जमातीचा मानबिंदू असलेला पुतळा आहे याची ग्वाही दिली. त्यानंतर बॉरन रॉबिन्स, कॅमेरुनच्या सांस्कृतिक विभागाचे अधिकारी आणि लॉरेन्स गुसमॅन यांच्या प्रत्यक्ष उपस्थितीत त्या पुतळ्याला स्टीलच्या लहान कपाटात बंद करण्यात आले. त्या कपाटावर सील ठोकण्यात आले. कॅमरुनकडे प्रवास करणाऱ्या नॉर्दन आफ्रिकन एअरलाईन्सने त्याच्या परतीचा प्रवास व्हायचा होता. त्या पॅकबंद केलेल्या कपाटाची जागा वॅरेन रॉबिन्स यांच्या शेजारच्या खुर्चीवर करण्यात आली! दोन दिवसांचा प्रवास करून तो पुतळा कॅमेरूनला पोहचला. कॉम जमातीचे हजारो स्त्री-पुरूष पुतळ्याच्या स्वागताला विमानतळावर हजर राहिले होते. त्यानंतर खास पोलीस संरक्षणात त्या पेटीचा प्रवास मूळच्या संग्रहालयाकडे सुरू झाला.

❑❑❑

७ . विस्मयकारक ज्वालामुखी

ज्वालामुखी हा एक पृथ्वीच्या अनंत रूपातील चमत्कार आहे. पृथ्वीवरील एखादा सुंदर, स्वच्छ, शांत पाण्याचा पृष्ठभाग पाहून त्याच पृथ्वीच्या अंतरंगात विलक्षण शक्तीचा लाव्हारस खदखदत असेल यावर विश्वास बसू शकत नाही. पृथ्वीच्या अंतरंगातील शक्तिमान असा लाव्हारस आवरण फोडून बाहेर येण्याचा प्रयत्न करीत असतो. आवरण फोडण्यापूर्वी आतमधून धक्के बसायला सुरवात होते, तेच धरणीकंप जमिनीवरील घरादारांना, वास्तूंना जमीनदोस्त करून टाकतात.

अनेक ठिकाणी पर्वतांच्या शिखरांमधून, त्यात असलेल्या पोकळ्यांमधून लाव्हारस एकदम बाहेर ढकलला जातो. एकसंध ज्वालामुखीचे मुख भूगोल शास्त्रज्ञांना, ज्वालामुखी संशोधकांना नेहमीच आकर्षक ठरते. नॅशनल जिओग्राफिकच्या धाडसी संशोधकांनी, छायाचित्रकारांनी जास्तीत जास्त जवळ जाऊन ज्वालामुखातून होणारा उद्रेक कॅमेऱ्याने टिपला आहे.

जपानमधील फुजिआमा, इटलीमधील व्हेसुव्हियस, एटना यासारखे ज्वालामुखी आता निद्रिस्त झाले आहेत. आफ्रिकेतील किलिमांजारो हा ज्वालामुखी

सदैव बर्फाचे आवरण घेऊन मृतवत झाला आहे तरी त्याचे सौंदर्य शब्दांच्या वर्णनापलीकडील आहे. पृथ्वीच्या पृष्ठभागावरील ज्वालामुखीचा हा रौद्र आविष्कार अनेक शतके घडून येत आहे. ज्वालामुखीतून लाव्हारस वेगाने, अतितप्त अवस्थेत जमिनीवर सैरावैरा पसरतो. कमी-अधिक उंचीवर साठून राहतो. वातावरणातील वायूंमार्फत टप्याटप्प्याने थंड होतो व त्यापासून डोंगर, पर्वत, शिखरे तयार होतात.

या पार्श्वभूमीवर टांझानियाच्या उत्तर भागातील डोयान योलेन हा ज्वालामुखी संशोधकांचे आकर्षण ठरले आहे. हे नाव मसाई, भाषेत असून त्याचा अर्थ आहे 'पर्वतांचा देव'. या भागात मसाई जमातीची 'ऐंगाई' ही देवता पुरातन काळापासून वास्तव्य करून आहे, असा त्या जमातीचा दृढ समज आहे. भरपूर पाऊस, सुदृढ पशुधन आणि मुले-बाळे व्हावीत म्हणून या पर्वतरांगेतील 'ऐंगाई' देवतेला नवस बोलण्यासाठी मसाई जमातीमधील असंख्य लोक पारंपरिक वेशात तेथे येत असतात.

नोव्हेंबर २००२ मध्ये केलेल्या निरीक्षणानुसार 'डोयान योलेन ग्वॉय' ज्वालामुखीच्या परिसरात भूकंपाचे धक्के तीव्र होऊ लागले. मुखातून धूळ उधळली जाऊ लागली तेव्हा न्यूयॉर्क विद्यापीठातील संशोधक प्रा. सेलीया नयामेवेरू, ॲरिझोना विद्यापीठातील पीटर कार्स्टन, छायाचित्रकार ख्रिस हायनलीन आणि त्यांच्या सहाय्यकांनी त्या प्रदेशांवर नजर केंद्रित केली. या ज्वालामुखीचे तोंड ७६५० फूट उंचीवर असून, आजूबाजूच्या प्रदेशात डोंगर आहेत. बराचसा भाग सपाट असून, तेथे शेती केली जाते. माफक खेड्यांमध्ये तुरळक वस्ती आहे. सुमारे पाच हजार वर्षांपूर्वी त्या ज्वालामुखीचा उद्रेक झाला असावा, असा शास्त्रज्ञांचा अंदाज आहे.

एडिनबर्ग विद्यापीठाचे संशोधक बॅरो डॉवसन आणि त्यांचे टांझानियामधील संशोधक सहकारी यांनी त्या परिसरात बासाल्टिक लाव्हा जास्त प्रमाणात असल्याचे अनुमान काढले. वेगवेगळ्या प्रकारचे रिमोट कंट्रोल कॅमेरे, तापमान नोंद करणारे तापमापक हवेतील वायूंचे प्रमाण मोजमाप करणारी यंत्रणा अशा प्रकारची अत्याधुनिक यांत्रिक उभारणी या परिसरात करण्यात आली होती.

पीटर कार्स्टसन यांना २१ नोव्हेंबर २००२ रोजी दुपारी एक वाजता यश मिळाले. त्या ज्वालामुखीपासून दीड कि.मी. अंतरावर त्यांनी अनेकविध यंत्रांची मांडणी करून ठेवली होती. साडेबाराच्या सुमारास त्या परिसरात जोरदार धक्के जाणवू लागले आणि ज्वालामुखातून काळा धूर बाहेर फेकला जाऊ

लागला. दहा मिनिटात लालभडक रंगाचा लाव्हारस घसरू लागला. काळ्या पार्श्वभूमीवर रक्तचंदनाप्रमाणे लालबुंद द्रवाचे थर पाहून संशोधकांच्या अंगावर काटा आला. तापमान अकराशे अंश फॅरनहीट इतके होते.

साधारणत: जमिनीच्या पृष्ठभागावर हजार फूट उंचीवरून ओघळणारा तो रौद्ररस पाहून संशोधकांनी, वेगवेगळ्या ठिकाणी अतिकार्यक्षम कॅमेऱ्यांना चालना दिली. मिनिटांत लालचुटूक रंगाचा द्राव ओसरला. चॉकलेटी रंगाचा लाव्हा बाहेर पडू लागला. काळसर, चॉकलेटी रंगाचे लाव्हात क्षार भरपूर असल्याचे शास्त्रज्ञांना उमगले. तो लाव्हारस हवेतील थंडपणामुळे गोठू लागला. वेगवेगळ्या आकाराचे पसरट थर होऊ लागले. ते तुकडे, ताव तरंगत, घरंगळत कोलमडू लागले. जणू काही वितळलेले मेण थंडपणा लागताच घट्ट होऊ लागते तसे दिसत होते.

लाव्हारस ओघळत राहिला. जणू चॉकलेटच्या नद्या तेथे प्रवाहित होत्या. बेसॉल्ट लाव्हामध्ये वाळूचे कण असल्याने त्यात चिवटपणा असतो; परंतु तयार होणाऱ्या लाव्हात सोडिअम कार्बोनेट असल्याने प्रवाहीपणा असतो. जास्त वेग निर्माण झाल्याने लाव्हारसाचा प्रमुख प्रवाह गर्द काळ्या रंगाचा असून एखादी काळी नागीण नागमोडी वळणे घेत चालल्याचे ते दृश्य दिसते. तर काही ठिकाणी साठलेल्या कार्बन-डाय-ऑक्साईडचे बुडबुडे अडकल्याने चेंडू ओळीने झाडांवरील फांद्यांना चिटकवल्यासारखे दिसत होते.

आश्चर्याची बाब म्हणजे साधारणत: अशा प्रकारे लाव्हाची वेगवेगळी रूपे पसरत असताना एकदम रुपेरी, चकाकदार लाव्हारसाच्या भागाची अक्षरश: किती प्रकारे छायाचित्रण करावे याची स्पर्धा सुरू झाली. आतापर्यंत कोठेही अशा लाव्हाची नोंद झाली नव्हती. आश्चर्य म्हणजे हवेत येताच, थिजून त्याचे घनस्वरूप होत होते. ताव खाली आदळल्यावर जोरात आवाज होत तुकडे तुकडे उधळले जात होते. लाव्हात कोणते घटक असावेत याचे संशोधन शास्त्रज्ञ करीत आहेत. रौद्र स्वरूपी तितकीच आकर्षक किमया लाव्हाच्या उद्रेकातून घडते हे मात्र निश्चित.

❑❑❑

८. मोबाईलचा उलगडणारा इलेक्ट्रॉनिक पडदा

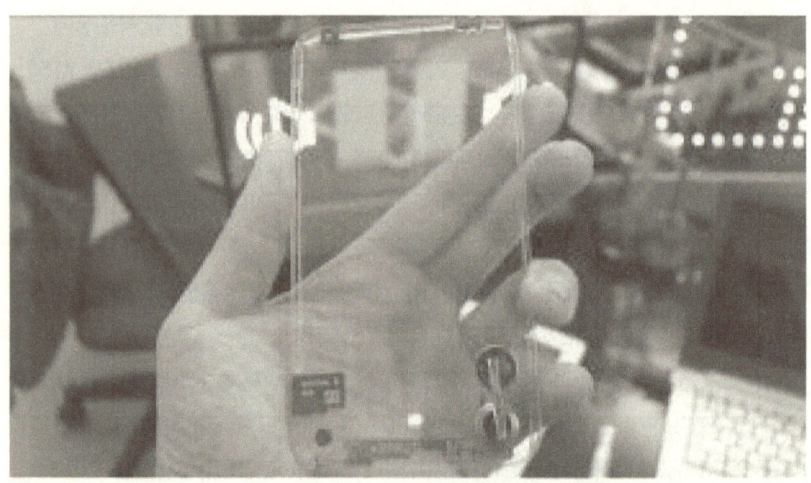

साऱ्या जगात इलेक्ट्रॉनिक्स क्षेत्रात सातत्याने प्रगती होत आहे. नवनवीन शोधांची भर पडत आहे. मोबाईल फोनमार्फत फोटो काढणे, गजर होणे, वेळ समजणे, एसएमएस रेकॉर्ड करणे, मेमरी विभागात असंख्य टेलिफोन नंबर्स साठविणे यात इंग्लंडमधील पॉलीमर व्हिजन कंपनीने रेडिअस नावाच्या मोबाईल मॉडेलमध्ये बारा सें.मी.लांबीचा इलेक्ट्रॉनिक पडदा उलगडण्याची सुधारणा केली आहे. सध्याच्या धावपळीच्या प्रवास करण्याच्या युगात काही मिनिटे उपलब्ध होऊ शकतात. त्या निवांत वेळेत ई बुक वाचणे, एसएमएस पाहणे, वृत्तपत्रांतील ठळक बातम्या पाहणे, एखाद्या मासिकांतील एक-दोन पाने वाचणे एवढाच वेळ उपलब्ध होतो. टॅक्सीतून स्टेशन गाठताना, लोकल रेल्वेतून कामावर जाण्यासाठी प्रवास करताना, जी पाच-सहा मिनिटे वाचण्यासाठी मिळू शकतात, त्यांच्यासाठी कार्ल गोल्डरीक या अभियंत्याने 'पॉलीमर व्हिजन' कंपनीमार्फत अत्याधुनिक

मोबाईल संच बाजारात आणला आहे.

रेडिअस मॉडेलमध्ये संदेश आल्याचे कळताच किंवा ई बुक आधीच लोड करून ठेवल्यानंतर फक्त बटन दाबायचे. मोबाईलच्या खालच्या भागातून इलेक्ट्रॉनिक पडदा उलगडत जातो. त्या पडद्याची लांबी बारा सेंमी अवघ्या एका सेकंदात होते. त्यावर मोठ्या अक्षरातील साधारणत: अठरा ओळी मजकूर स्पष्टपणे वाचता येतो. अक्षरे मोठी असल्याने वाचण्यासाठी कोणताही त्रास होत नाही. वाचून झाल्यावर डाव्या कोपऱ्यात बोटाने स्पर्श केल्यास पुन्हा पडदा आतमध्ये घातला जातो. या अत्याधुनिक तंत्राला 'फ्लेक्झिबल हँड हेल्ड डिस्प्ले' या नावाने ओळखले जाते. ॲरिझोना स्टेट युनिव्हर्सिटीतील संचालक शॉन ओरूकी यांच्या मतानुसार या तंत्रामार्फत विशेषकरून चोखंदळ वाचक, न्यायाधीश, उच्चपदस्थ अधिकारी यांना ठराविक निर्णय घेण्यापूर्वी भरपूर वाचन करावे लागते. परंतु वेळ मोजकाच असतो. त्यांना फार उपयोग होणार आहे.

या सुविधेसाठी वापरावी लागणारी बॅटरी तीस तासांपर्यंत कार्यरत राहते. सूचना देऊन ठेवल्यास आलेले संदेश, रेकॉर्ड करून ठेवले जातात. पानाची क्षमता भरल्यानंतर तो पडदा आपोआप उघडला जाऊन सर्व मजकूर वाचण्यासाठी हजर होतो. अशा अत्याधुनिक मोबाईलच्या यंत्रणेतील मॉडेलची किंमत दीडशे डॉलर्सने वाढणार असून, अमेरिकेतील कंपनी समवेत याचे उत्पादन करण्याची 'ई सप्ली कॉर्पोरेशनने' जबाबदारी घेतली आहे. या नावीन्यपूर्ण शोधामुळे वर्षभरात तीन हजार कोटी रुपयांची उलाढाल होण्याचा अंदाज त्या कंपनीचे संचालक पॉल सेमेन्झा यांनी व्यक्त केला आहे.

❑❑❑

९. गगनात वास्तव्य करण्यासाठी...

मानवी स्वभावाला अनेकविध प्रकारची आकर्षणे असतात. विविध प्रकारची वस्त्रे पेहरणे, वेगवेगळ्या स्वरूपाच्या अन्नपदार्थांचे, पेयांचे सेवन करणे यांचा त्यात प्रामुख्याने समावेश होतो. अत्याधुनिक तंत्रज्ञान, विज्ञान, अभियांत्रिकी ज्ञान वापरून कोणत्याही प्रकारच्या भौगोलिक परिस्थितीत वास्तव्य करण्याची त्याची हातोटी केवळ आश्चर्यकारक आहे. पाण्याच्या पृष्ठभागांवर तरंगत्या वसाहती तयार करणे, बर्फाळ प्रदेशात बाह्यशीत तापमानाचा कोणताही प्रकारचा विपरीत परिणाम घडू न देता राहणे, रखरखीत वाळवंटात अति उष्णतेचा तापदायक परिणाम न घडता वास्तव्य करणे या सर्वांचा इतिहास मानवाच्या संस्कृतीशी निगडीत आहे.

मानवी लोकसंख्या विविध स्वरूपाने, आकाराने वृद्धिंगत होत आहे.

विशेष करून मोठमोठ्या महानगरांमध्ये फुगत जाणारी लोकसंख्या अनेक समस्यांची निर्मिती करीत आहे. व्यवसाय, नोकरी, उद्योग, कारखाने आणि महत्त्वाच्या कार्यालयांचे केंद्रीकरण यामुळे न्यूयॉर्क, शिकॅगो, टोकियो, मुंबई, वॉशिंग्टन, बीजिंग, हाँगकाँग इत्यादी जागतिक दर्जाच्या महानगरांमध्ये जमिनीवर, वास्तव्यांसाठी आडवे पसरता येत नाही, परंतु कल्पकतेने गगनचुंबी इमारती तयार करण्याच्या कल्पनेने आता चांगले मूळ धरले आहे.

गगनभेदी इमारती बांधण्याची आणि त्यात कार्यालये थाटण्याची विविध प्रकारची जाहिरातबाजी करण्याची कल्पना अस्तित्वात आली ती अमेरिकेमध्ये. अर्थात, अशा उत्तुंग इमारतीमध्ये लोकांना राहण्याचा प्रयोग यशस्वी करण्यामध्ये मोठ्या प्रकारची धास्ती होती. कारण ऊन, पाऊस, वारा यांच्यामुळे इमारतीच्या बांधकामात दोष निर्माण झाल्यास मनुष्यहानी होण्याची शक्यता नाकारता येत नव्हती. उत्तुंग इमारतींना अपघात झाल्यास निर्मिती कल्पना मुळातूनच बारगळली असती. अशा प्रकल्पांसाठी लागणारी आर्थिक शक्ती, मनुष्यबळ, दर्जेदार अभियंते आणि उत्कृष्ट दर्जाचा कच्चा माल या कारणांमुळे हा प्रकल्प यशस्वी होण्यास सुमारे शंभर वर्षे लागली.

या प्रकल्पांची मुहूर्तमेढ झाली ती १८८२ शिकॅगो शहरात. बर्नहॅम आणि रॉट या कंपनीने 'माऊंटॉक ब्लॉक' नावाची १३० फूट उंचीची दहा मजल्यांची इमारत बांधून पूर्ण केली. या इमारतीमध्ये कार्यालये होती. दहा वर्षांनंतर त्या इमारतीमध्ये बऱ्याच भेगा दिसू लागल्या. १८९८ मध्ये ती इमारत वापरण्यास बंदी घालण्यात आली आणि १९०२ मध्ये तिला पूर्णपणे जमिनदोस्त करण्यात आले. १८८५ मध्ये वॉशिंग्टन येथे रॉबर्ट मिल्स या अभियंत्याने दूरवरून टोकदार पेन्सिलीप्रमाणे भासणारी 'वॉशिंग्टन मॉन्युमेंट' नावाची ५५५ फूट उंचीची इमारत तयार केली. या इमारतीमध्ये राहण्याची सोय नव्हती, परंतु कालांतराने त्यात लिफ्टची सोय केल्याने सर्वात शेवटच्या टोकांवर जाणे शक्य झाले. तेथून वॉशिंग्टन शहराचे चहूबाजूंनी विहंगम दृश्य दिसत असल्याने ते एक प्रेक्षणीय स्थळ ठरले. वॉशिंग्टन शहराच्या कोणत्याही भागातून दिसणारी ती उत्तुंग इमारत १८८५ पासून पर्यटकांना आकर्षित करून घेत आहे.

१८८९ मध्ये शिकॅगो शहरात होलाबर्ड आणि रॉश या कंपनीने बांधलेल्या १६५ फूट उंचीच्या इमारतींमध्ये प्रचंड प्रमाणावर स्टीलचा वापर करण्यात आला होता. टॅकोमा या नावाने ती इमारत ओळखली जात होती. एका बाजूने खचू लागल्याने 'टॅकोमा इमारत' १९२९ मध्ये जमिनदोस्त करण्यात आली.

त्याच वर्षी शिकागोमध्ये २७० फूट ऊंचीची आणि १२५ फूट रुंदीची 'ऑडीटोरीअम बिल्डिंग' ॲडलर, सुलीव्हीन कंपनीने बांधली. या इमारतीमध्ये दृश्य स्वरूप वेगळेच असल्याने ती पर्यटकांचे खास आकर्षण आहे. अनेक वर्षांपासून या इमारतींमध्ये बाहेरून हवा खेचून आतील बाजूस वायुवीजन ठेवल्याने आतील कार्यालये सदैव हवेशीर, उल्हासित असतात.

१८९१ मध्ये 'मोनॅडोनॉक ब्लॉक' या नावाची 'बर्नहॅम' आणि 'रॉश' इमारत शिकागोमध्ये दोन वर्षात बांधून पूर्ण झाली. २१५ फूट उंचीची ही इमारत कार्यालयासाठी असून आतील पोलादाच्या सांगाड्यावर चिनी मातीचा थर दिलेला आहे. याच्या आधाराच्या सर्व भिंती दगडातून बांधलेल्या असून त्यांची रुंदी सहा फूट आहे.

यानंतर उतुंग इमारती बांधण्याचे काम जास्त गतीने सुरू झाले, ते न्यूयॉर्क या व्यापारी शहरात. १९०३ मध्ये बर्नहॅम नावाच्या अभियंत्याने २८६ फुट उंचीची 'फ्लॅटीरॉन' इमारत बांधून एक नवीन आकर्षण निर्माण केले. त्याचवर्षी एल्झनॉर आणि ॲडरसन कंपनीने सिनासिनाटी शहरात २१० फूट उंचीची इमारत उभी केली. या इमारतीमध्ये पहिल्या प्रथम आर.सी.सी. बांधकाम तत्वाचा वापर करण्यात आला होता. इंग्लॉस या नावाने ओळखल्या जाणाऱ्या या इमारतीमध्ये शेवटच्या पन्नास फुटात आकर्षक प्रकारचा मनोरा उभारलेला होता. १९१३ मध्ये न्यूयॉर्कमध्ये 'कॉस गिल्बर्ट' याने उभारलेली 'वूलवर्थ बिल्डिंग' तब्बल ७९२ फूट उंचीची होती. या इमारतीमध्ये आर.सी.सी. आणि स्टीलचा वापर करून एकात एक तीन प्रकारचे मनोरे तयार करण्यात आल्याने त्याचे सौंदर्य फार वाढलेले होते. या इमारतीच्या सहाशे फुटापर्यंत एलव्हेटरने जाण्याचा पहिला प्रयोग यशस्वी झाला.

१९२५ नंतर धनाढ्य व्यक्तींनी आकाशाला गवसणी घालण्याचा जणू चंगच बांधला. न्यूयॉर्कमध्ये तब्बल १०४६ फुट उंचीची क्रायसलर या मोटार कंपनीची इमारत विल्यम व्हॅन ॲलन यांनी बांधून १९३० मध्ये पूर्ण केली. एक हजार फूट उंचीची मर्यादा ओलांडणारी ती पहिली इमारत ठरली. या इमारतीचा शेवटचा ५० फूटाचा भाग निमुळत्या मनोऱ्याप्रमाणे करण्यात आला होता. याचवेळी तेथून एक किलोमीटर अंतरावर दुसऱ्या गगनचुंबी इमारतीचे बांधकाम सुरू होते. या इमारतीपेक्षा इमारतीची उंची जास्त राहावी म्हणून शेवटच्या टप्प्यात पन्नास फुटाच्या निमुळत्या टोकाचा भाग घेण्यात आला.

याचवेळी प्रख्यात मॅन हॅटन भागात उतुंग, एकापेक्षा एक वरचढ इमारती

बांधण्याचे प्लॅन्स मंजूर होऊ लागले. मॅन हॅटन हा जागतिक व्यापाराच्या उलाढालीचे, शेअर्स मार्केटचे प्रमुख केंद्र म्हणून समजले जाऊ लागले होते. क्रायसलर बिल्डिंगनंतर केवळ अकरा महिन्यात जगविख्यात 'एंपायर स्टेट बिल्डिंग'शेव्हे, लॅब आणि इर्मान या कंपनीने बांधून पूर्ण केली. तिची उंची तब्बल १२५० फुटांची होती. वरच्या दोनशे फुटावर वाहणाऱ्या वेगवान वारा, विजांपासून संरक्षण व्हावे म्हणून कलात्मक मनोऱ्यांचे बांधकाम हाती घेण्यात आले. या इमारतीच्या एक हजार फुटावरील गच्चीतून न्यूयॉर्कचे विहंगम दृश्य पाहण्यासाठी पर्यटकांची अपरंपार गर्दी होऊ लागली. भोवतालच्या परिसराचे निरीक्षण करण्यासाठी तेथे टेलिस्कोप्स उभारण्यात आल्याने पर्यटकांना खास आकर्षण उपलब्ध झाले. एंपायर स्टेटच्या गच्चीवर 'किंग कॉंग' नावाचा राक्षसी वानर येतो आणि एका महिलेला फे वॉरायला उचलून घेतो असे दृश्य हॉलीवूडच्या सिनेमात चित्रीत करण्यात आले. त्यामुळे एंपायर स्टेटला जागतिक प्रसिद्धी मिळाली. देशी-परदेशी पर्यटक मुद्दामपणे एंपायर स्टेटला भेट देण्यासाठी तेथे येऊ लागले.

एंपायर स्टेट बिल्डिंग म्हणजे अमेरिकन आधुनिक तंत्रज्ञानाचे आणि उत्तुंग इमारतींचे निर्देश बनून गेले. केवळ २० महिन्यात एंपायर स्टेट बिल्डिंगचे बांधकाम पूर्ण कारण्यास दोन हजार कामगारांनी अहोरात्र परिश्रम केले. या इमारतींमध्ये वरच्या दहा मजल्यांवर धनवान व्यक्तींनी राहण्यासाठी खास फ्लॅट्स बांधून घेतले. १९४५ मध्ये दुसऱ्या महायुद्धाच्या समाप्तीच्या काळात रात्रीच्या गडद अंधारात आणि धुक्यामुळे एक बॉंबफेकी विमान ४२ व्या मजल्यावर आदळले. १४ लोक मृत्यूमुखी पडले. त्या अपघाताची बातमी जगभर पसरली.

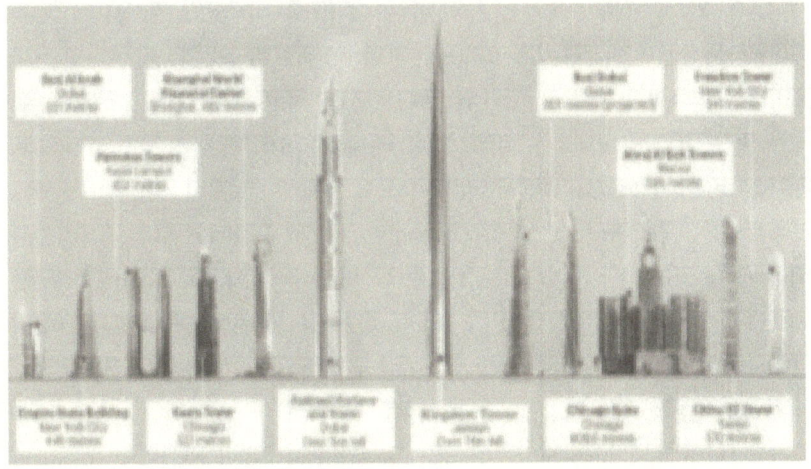

अशा प्रकारचे अपघात होऊ नयेत म्हणून सूर्यास्तापासून सूर्योदयापर्यंत उत्तुंग इमारतींमध्ये विजेचे दिवे तेवत ठेवण्याची स्वतंत्र सोय करण्यात आली.

त्यानंतर दोन वर्षांत ८५० फूट उंचीची रॉकफेलर सेंटर असोसिएशनची इमारत न्यूयॉर्क असोसिएटेड आर्किटेक्ट्स यांनी बांधून पूर्ण केली. या इमारतीच्या पहिल्या सहाशे फुटापर्यंतचा भाग काचांनी झाकलेला होता. त्यामुळे त्या इमारतीला फारच उत्कृष्ट चकाकी आली. त्यानंतर युरोप, अमेरिकेत दुसऱ्या महायुद्धाचे दुष्परिणाम वृद्धिंगत होऊ लागले. तब्बल वीस वर्षे उत्तुंग इमारतींचा प्रश्न मागे पडला. १९५८ मध्ये सिग्रॅम बिल्डिंग न्यूयॉर्कमध्ये तयार झाली. त्याची उंची ५७५ फूट इतकी होती. या इमारतीमध्ये काच व धातू यांचे मिश्रण वापरून अत्यंत दिमाखदार भिंती तयार केलेल्या होत्या. त्यानंतर १९६८ साली शिकॅगोमध्ये या सर्व इमारतींना मागे टाकणारी ११२७ फूट उंचीची अत्यंत डौलदार अशी जॉन ईनकॉक सेंटरची इमारत उभारण्यात आली. स्किडमोर, ओविंग्ज आणि मेरील या बहुराष्ट्रीय कंपन्यांनी एकत्र येऊन ती उत्तुंग इमारत उभी केली. या इमारतीवरच्या गच्चीवर दोन मास्ट उभे केलेले होते. त्या मास्टवर रात्रीच्या अंधारात प्रकाश निर्माण होई आणि दिवसा पण चकाकत असत. त्यामुळे विमानांना कोणत्याही वातावरणात धोक्याची सूचना मिळत असे.

यानंतर १९७३ मध्ये उत्तुंग इमारतींच्या इतिहासात सोन्याच्या पर्वाची भर पडली, ती म्हणजे वर्ल्ड ट्रेड सेंटरच्या दोन अति उत्तुंग इमारतींची. न्यूयॉर्कच्या पश्चिम भागात 'ईस्ट नदीच्या' जवळ मिनोरू, यामासाको, रॉथसन्स यांनी अब्जावधी डॉलर्स खर्च करून अनुक्रमे १३६८ आणि १३५४ फूट उंचीच्या अनुक्रमे १०५ आणि १०२ मजल्यांच्या इमारती बांधल्या. या इमारतींमध्ये महिन्याला हजारो डॉलर्स भाडे देणाऱ्या जागतिक कंपन्या आहेत. यापैकी पहिल्या इमारतीच्या १०२ व्या मजल्यावर एक्सलेटरने जाता येते. तेथून न्यूयॉर्कच्या सर्व परिसराचा ४०-५० मैलाचा प्रदेश न्याहाळण्याचे भाग्य प्रस्तुत लेखकाला लाभले होते. तेथून स्वातंत्र्यदेवतेचा पुतळा उत्कृष्टपणे दिसतो. या इमारतीमध्ये एकूण पंधरा हॉटेल्स आहेत. पर्यटक आणि कामाचे निमित्ताने त्या इमारतींमध्ये रोज सरासरीने पंधरा हजार लोकांची ये-जा होते. अत्याधुनिक तंत्रज्ञान वापरून सर्व इमारतींमध्ये एअरकंडिशनिंग आणि पिण्याचे पाण्याची सोय केली आहे. पूर्वेकडून उगवणाऱ्या सूर्यकिरणांना अडथळा निर्माण झाल्याने या दोन्ही इमारतींच्या सावल्या तब्बल दोन कि. मी. अंतरापर्यंत पसरतात.

यानंतर शिकागो येथील स्किडमोर, ओविंग्ज आणि मेरील या कंपन्यांनी

मिळून तब्बल ऐंशी अब्ज डॉलर्स खर्च करून १९७४ मध्ये सिअर्स टॉवर नावाची १४७४ फूट उंचीची १२० मजल्यांची इमारत उभारली. ही इमारत अद्यापही जगातील सर्वात उंचा इमारत म्हणून ओळखली जाते. या इमारतींमध्ये चार हजार कार्यालयीन सेवकांची ये-जा असते आणि सुमारे बाराशे धनाढ्य व्यक्तींची राहण्याची सोय आहे. या इमारतीची उभारणी नऊ टप्प्यांमध्ये केलेली आहे. त्यामुळे वाऱ्याला विरोध होत नाही.

१९८७ मध्ये बोस्टन शहरात जॉन इनकॉक टॉवर ही ७८० फूट उंचीची इमारत उभी राहिली. या टॉवरमध्ये परावर्तीत किरणांना उपयुक्त ठरणारी रचना केल्याने इमारत फारच आकर्षक दिसते. न्यूयॉर्कमध्ये १९७७ साली सिटीकॉर्प सेंटर (९१९ फूट) एटी अँड टी ही ६४७ फूट उंचीच्या इमारतींनी मॅनहॅटन प्रदेशाची शोभा वाढविली आहे.

अलीकडे प्रसिद्ध झालेल्या बातमीनुसार चीनमधील शांघाय शहरात काही वर्षांत १८०० फूट उंचीची इमारत तयार होणार आहे. असा आहे हा गगनाला गवसणी घालणाऱ्या उत्तुंग इमारतींचा रोमांचकारी इतिहास. सप्टेंबर २००१ मध्ये वर्ल्ड ट्रेड सेंटरच्या दोन्ही इमारतींवर अतिरेक्यांनी विमाने आपटून सर्वनाश केला. जगाला हादरविणारी ती घटना असंख्यांनी अनुभवली. अमेरिकन सरकारने त्याच जागेवर वेगळ्या धर्तीची इमारत उभारण्यास २०१०ला सुरवात केली आहे. २०११ च्या दौऱ्यात प्रस्तुत लेखकाला त्या नवीन इमारतीच्या उभारणीचे काम पहाता आले. तो भव्य टॉवर २०१५ मध्ये संपूर्ण तयार होणार आहे.

□□□

१०. पारा : आश्चर्यकारक मूलद्रव्य

चांदीप्रमाणे शुभ्र चकचकीत हातातून सहज निसटणारा जमिनीवर पडला तरी मातीत न मिसळणारा आपले प्रतिबिंब स्पष्ट दाखविणारा पारा हे एक उपयुक्त तितकेच प्राणघातक मूलद्रव्य हजारो वर्षे मानवी संस्कृतीशी निगडीत आहे. रोम, ग्रीस यांच्या साम्राज्यात या चकाकणाऱ्या पदार्थाला एक महत्त्वाचे स्थान होते. त्याचा उपयोग करून राजे, सरदार यांना भेटीदाखल पारा देऊन त्यांच्या संपत्तीमध्ये भर घातल्याची उदाहरणे आहेत.

पाऱ्याचा ठावठिकाणा, गुणधर्म उपयोग सर्वच काही जगावेगळे आहे. इतर धातूंप्रमाणे पारा हा जमिनीच्या पोटांत दगडाच्या सान्निध्यात सिन्नाबार (मर्क्यूरी सल्फाइड) या खनिजांत सापडतो. लाल चॉकलेटी रंगाचे हे दगड खणून काढावे लागतात. स्पेनमधील अल्मार्डन या भागात सिन्नाबारच्या विस्तृत खाणी आहेत व त्यामार्फत जगातील सर्वात जास्त सुमारे २० टक्के पारा मिळविला जातो. खाणीतून ते लाल दगड खणून काढायचे, त्यांची भुकटी

करायची, प्रचंड उष्णता देऊन द्रवरूप अवस्था निर्माण केल्यानंतर नायट्रिक आम्ल, शमाई लेदर यांचा वापर करून शुद्ध अवस्थेत पारा येईपर्यंत तो अनेक प्रकारे प्राणघातक ठरतो.

पाऱ्याचे विविध गुणधर्म म्हणजे रसायन शास्त्रातील एक आश्चर्यच आहे. याचा गोठणबिंदू ३७ अंश फॅ तर उत्कलनबिंदू ३९ अंश फॅ असल्यानं नेहमीच्या तपमानाला कायम द्रवरूप अवस्थेत रहाणारा हा एकमेव धातू आहे. गंधक, लोखंड या व्यतिरिक्त तो कोणत्याच पदार्थामध्ये मिसळत नाही. चिकटत नाही. त्यामुळे स्वत:चा 'अकेलेपणा' कायम राहतो. चकचकीत, अपारदर्शक, पाण्यापेक्षा १३ पटीने जड, उष्णतेचा, विद्युतशक्तीचा, सुवाहक, विलक्षण जंतुनाशक व तितकाच विषारी असे बहुरंगी गुणधर्म याचे व्यक्तिमत्त्व घडवितात.

रोमन साम्राज्यात काही ठिकाणी असे लालसर दगड वितळवून त्याचेपासून केलेला शुभ्रतैलरंग मूर्तींना, पुतळ्यांना फासला जाई. ॲरीस्टॉटलने या मूलद्रव्याला 'चांदीची बहीण' असे नामकरण केले होते तर प्रख्यात ग्रीक वैद्य डीओस्करीडेस आणि भारतीय वैद्यांनी काही प्रमाणात त्याचा वापर औषधांमध्ये केला होता. अरब-चिनी, भारतीय संशोधकांमध्ये पारा म्हणजे 'एक किमयागार' पदार्थ हीच प्रसिद्धी पक्की झाली होती. पाऱ्याचे होणारे उपयोग व त्यापासूनचे अनेकविध अपाय यांचा वापर अतिशय कलाकुसरीने करण्यात येतो. लेवीस कॅरोल्स याने पाऱ्याचे अनेकरंगी व्यक्तिमत्त्व काव्यातून रंगविले आहे, अजरामर केले आहे.

पाऱ्याचे काही असामान्य उपयोग म्हणजे मानवाच्या बुद्धिमत्तेची कसोटीच ठरली आहे. चांदीबरोबर तयार केलेले पारदसंमिश्र कोणत्याही अन्नपदार्थां समवेत क्रिया करू शकत नाही. या गुणधर्मामुळे जगातील कोट्यावधी लोकांच्या दातांमध्ये - दांत भरणे - पाऱ्याने पक्के वास्तव्य केले आहे. मेण, पॉलीश, कृत्रिम धागे, रंग यांच्यामध्ये पारा बेमालूम सामील होतो त्यामुळे त्या पदार्थांवर विलक्षण चकाकी येणे, जंतू, कीड, वाळवी यांपासून बचाव होणे यासारखे फायदे मिळतात. काही आयुर्वेदिक औषधांमध्ये यांचा समावेश होतो. तर मर्क्युरीक्रोम नावाचे औषध जखमेतील जंतू नष्ट करण्यात अत्यंत उपयुक्त ठरले आहे. सिपिलिससारखा महाभयंकर रोग यांच्यामार्फत ताब्यात ठेवता येतो. प्लॅस्टिक, कॅमेऱ्यातील फोटो फिल्म्स, स्फोटक पदार्थ, थर्मा मीटर, बॅरोमीटर्स, स्फिग्मोमॅनोमीटर यांसारख्या उपयुक्त दाब यंत्रामध्ये पाऱ्याने मुख्य स्थान प्राप्त केले आहे. पाऱ्यांतून विद्युत प्रवाह पाठविल्यास अत्यंत प्रखर प्रकाश निर्माण होतो. यापासून तयार केलेले 'मर्क्यूरी व्हेपरलॅम्प्स' ही अलीकडची उत्कृष्ट शास्त्रीय देणगी आहे.

हल्लीच्या अणु युगात पाऱ्याने आपले खास स्थान प्राप्त करून घेतले आहे. याचा उपयोग करून लिथिअम हा आयसोटोप तयार करता येतो. हायड्रोजन बाँब तयार करण्यात या आयसोटोपचा महत्त्वाचा वाटा आहे. अंतराळात प्रयोग करणाऱ्या उपग्रहांमध्ये इर्मजन्सी लाईटसची सोय करावीच लागते. त्यासाठी लागणाऱ्या बॅटरीमध्ये पाऱ्याचा वापर केल्याने सूर्यप्रकाशांमार्फत उर्जा निर्माण करता येते. फ्यूल्यूओरेसेंट ट्यूब्स, जाहिरातीसाठी वापरलेली साधने, प्रचंड व्होल्टेजचा विद्युत दाब वाहून नेणारी यंत्रणा इत्यादी अनेक ठिकाणी पाऱ्याचे उपयोग यामुळे पाऱ्याला सोन्या-चांदीसारखे आदरणीय स्थान प्राप्त झाले आहे.

पारा हा जितका उपयुक्त तितकाच घातक असल्याने शास्त्रज्ञांनी त्यावर हरतऱ्हेने संशोधन केले. पाऱ्यातील गंधक व पाऱ्याच्या वाफा या अत्यंत विषारी असून त्या पासूनचे दुष्परिणाम केवळ छुपे घातकी ठरले आहेत. प्रत्यक्ष स्पर्शाने, अन्नातून किंवा खाणीत काम केल्याने पारा रक्तात प्रवेशतो आणि त्याचे विषारी परिणाम आढळून येतात. रक्तामार्फत पारा मेंदूतील रक्तपेशींना नष्ट करतो. यामुळे मृत्यू आल्याची अनेक उदाहरणे आहेत.

तोल सांभाळता न येणे, हातपाय वाकडे होणे यासारखे दुष्परिणाम आढळून येतात. पाऱ्याच्या सान्निध्यात काम करणारे कामगार जणू काही मृत्युच्या छायेतच वावरत असतात. त्या वातावरणात पाऱ्याची वाफ असतेच त्यामुळे तेथील कामगारांना फुफ्फुसाचे अनेक आजार होतात. या कारणास्तव पाऱ्याच्या खाणकामगाराला महिन्यातून फक्त आठ दिवसच खाणीत, पाऱ्याच्या संपर्कात काम करण्याचा कायदा केलेला आहे! राहिलेल्या वेळात त्यांना चामडे, शेती, शिवण, लाकूडतोड यासारखे उद्योगधंदे करावे लागतात, यावेळी डॉक्टर्स मार्फत त्यांची तपासणी केली जाते आणि त्यांचे शरीरातील पाऱ्याचे प्रमाण वाढले असल्यास अनेकविध उपचार करून घ्यावेच लागतात. या कारणास्तव पाऱ्याचे खाणकामगार जास्त वयोवृद्ध होईपर्यंत जगू शकत नाहीत. असे भयानक अनुमान सिद्ध झाले आहे. स्पेन, जपान, अमेरिका येथील खाणीमध्ये कामगार मिळणे हे दिवसेंदिवस बिकट होत चालले आहे. जपानमधील शिनोबू व मिनामाटा या गावातील पाऱ्यांच्या शुद्धीकरणाच्या कारखान्यांमार्फत झालेले प्रदूषण ही एक फार मोठी डोकेदुखी झाली. या कारखान्यांतील अनावश्यक घटक सागराच्या पाण्यात मिसळले जात असत. त्या भागातील किनाऱ्यांवर मोठ्या प्रमाणात मासेमारी चालत असे. त्या ठिकाणापासून सुमारे दोनशे मैलांवरील खेड्यातील काही मुले अचानक आंधळी झाली. काहीचे हातपायातील शक्ती नष्ट झाली व

त्यानंतर डॉक्टर्स, शास्त्रज्ञ यांचे डोळे खाडकन उघडले. त्या मुलांनी कोणते अन्न खाल्ले, कोणत्या वातावरणात त्यांचे वास्तव्य होते. त्यांचे रक्त, लघवी इ. सर्व प्रकारची इत्थंभूत तपासणी केली. परंतु रोगाचे निदान होईना. त्याच वेळी काही मासे आपोआप मृत होऊन तरंगू लागले. त्या माश्यांचे विच्छेदन केले असता त्यांना 'मर्क्यूरी पॉयझनिंग' झाल्याचे आढळून आले. त्याप्रकारचे मासे खाण्यात आल्याने त्या व्यक्तींना विषबाधा झाली होती. अर्थात पाऱ्याचे अनावश्यक घटक सागरात मिसळल्याने तो भयानक प्रकार घडला होता. याचप्रमाणे पाऱ्याच्या कारखान्यात काम करणाऱ्यांच्या त्वचेला सूज येणे, घश्याचा, फुफ्फुसाचा, कॅन्सर होणे, रक्तातील पेशी नष्ट होणे इ. दुष्परिणाम लक्षात आलेले आहेत. चुकून जास्त प्रमाणात अन्नपदार्थावर, बियांवर पाऱ्याची जंतू विरोधक नाशके फवारली गेली त्यामुळे झालेल्या अपघातात सुदान व इतर काही देशांमध्ये अनेक जण मृत्युमुखी पडले त्यांची कारणे शोधून काढण्यात शास्त्रज्ञांना विलक्षण श्रम घ्यावे लागले.

असा आहे हा पारा! या बहुउपयुक्त, विषारी, धातूला सोडवत नाही. संपूर्णपणे वापरता येत नाही असा पदार्थ मात्र मानवी संस्कृतीच्या इतिहासांपासून सोबत करीत आहे.

❑❑❑

११. बोर्ग आऊसलँडचे एक विलक्षण धाडस; उत्तर ध्रुवावर एकट्याचे पदभ्रमण

बोर्ग आऊसलँड हा एक अतिशय, धाडसी, उमदा आणि वेगवेगळ्या प्रकारचे मर्दानी विक्रम करणारा संशोधक आहे. १९९४ मध्ये नॉर्वे, फिनलँड या राष्ट्रांनी संयुक्त मोहीम आखलेली होती. त्या मोहिमेचे नेतृत्व करून त्याने उत्तर ध्रुवावर पदार्पण केले. १९९७ मध्ये ऑस्ट्रेलिया, न्यूझीलंड यातील धाडसी गिर्यारोहकांनी अंटार्टिकाच्या प्रदेशात मोहीम आखली होती. त्यांचे तुकडीतून तो दक्षिण ध्रुवावरही जाऊन आला. अशा प्रकारे पृथ्वीच्या दोन्ही ध्रुवांवर पर्दापण करणारा तो एकमेव धाडसी संशोधक ठरला आहे.

त्या दोन्ही यशस्वी मोहिमांनंतर उत्तर ध्रुवीय प्रदेशांतील तापमानांत होणारा बदल आणि भौगोलिक चुंबकीय क्षेत्राचा परिणाम अभ्यासण्याच्या हेतूने बोर्ग याने

एकट्यानेच उत्तर ध्रुव प्रदेशात पदभ्रमण करण्याचे ठरविले. नॉर्वे नॅशनल सायंटिफिक प्रयोगशाळेने त्या मोहिमेला येणाऱ्या खर्चाचा भार उचलण्याचे मान्य केल्याने बोर्ग अतिशय उत्साहाने मोहिमेच्या तयारीला लागला.

हा त्याची धाडसी संशोधन मोहीम एकूण २२०० किमी अंतराची होती. त्याची सुरुवात रशियाच्या पश्चिम किनाऱ्यावरील सागराच्या भागातील झामलाया बेटावरून होणार होती. उत्तर ध्रुवीय प्रदेशातून जाताना पृथ्वीच्या उत्तर ध्रुवाला स्पर्श करून तब्बल सातशे किमीचा बर्फाळ प्रदेश पार करून कॅनडातील, एल्ससिअर बेटांवर मोहिमेचा पूर्णविराम होता.

या मोहिमेत संपूर्ण पदभ्रमण करताना वाटेत काही ठिकाणी थंडगार पाण्यात पोहणे, स्लेजमधून बर्फावर ढकलत जाणे, तर काही अंतर जीव धोक्यात घालून बर्फ तुडवीत पायी चालत जाणे असे अचाट पराक्रमाचे प्रकार मोहिमेत समाविष्ट होते. ही मोहीम साधारणत: ९५ ते १०० दिवसांची होती. या मोहिमेसाठी मार्च ते जून हा कालावधी निवडण्यात आलेला होता. कारण त्या काळात ध्रुवीय प्रदेशात थोडाफार उष्मा असतो आणि बऱ्याच ठिकाणी बर्फ वितळून गेलेला असतो. बर्फ भुसभुशीत असल्यास त्यात पाय अडकून गाडले जाण्याची शक्यता असते.

मोहिमेच्या पूर्वतयारीमध्ये बोर्गचा खूप कस लागला. पॉलिथिलीन कापडाच्या खास सूट शिवून घेण्यात आला होता. त्या सुटमुळे कोणत्याही परिस्थितीत त्वचेला पाण्याचा स्पर्श होणार नव्हता. शरीराचे तापमान कायम राखण्यास मदत होणार होती. उपग्रहामार्फत कॅनडातील, रशियातील आणि अचानक उद्भवलेल्या अडचणींवर वैद्यकीय मदत मिळण्यासाठी हेलिकॉप्टरची सेवा योजना उपलब्ध केलेली होती. उपग्रहांमार्फत दूरध्वनी संपर्क सहज शक्य होता. शरीराचे तापमान कायम राखण्यासाठी टीनफूडची निवड अत्यंत काळजीपूर्वक करण्यात आलेली होती. शक्य असेल तेव्हा आणि जरूरीचे वेळी लहान बोट तयार होईल अशा प्रकारची हॅवरसॅक मुद्दाम करून त्याला नॉर्वेजियन सरकारच्या पर्यटन खात्याने भेट दिलेली होती. बर्फाच्या पाण्याचा कोणताही विपरीत परिणाम होणार नाही. वजनाने हलके असतील अशा प्रकारचे बूट तयार करून घेण्यात आले. अतिशीत वारे व बर्फावरून परावर्तित होणारा सूर्यप्रकाश डोळ्यांना त्रासदायक ठरू नये म्हणून विशिष्ट गॉगल्स नेत्रतज्ज्ञांकडून बनवून घेण्यात आले.

ही सर्व तयारी करून समवेत घेतलेल्या साहित्याचे एकंदर वजन ७० पौंड इतके भरले. अनेक वेळेला आजूबाजूस प्रचंड बर्फ असूनही पिण्याचे पाणी

मिळू शकत नाही. बर्फ वितळून पिण्यायोग्य पाणी तयार करण्यासाठी आधुनिक पद्धतीचा बर्नर, थर्मास समवेत घेण्यात आलेला होता. अत्यंत कार्यक्षम असा कॅमेरा कॅसिओ नावाच्या जगविख्यात जपानी कंपनीने तयार करून दिला.

अशा प्रकारे हरतऱ्हेची उच्च दर्जाची सामुग्री गोळा केल्यानंतर मार्च ३, २००१ रोजी बोर्ग त्याचे काही सहाध्यायी हेलिकॉप्टरने झामलाया ठिकाणी पोहचले. सर्वसाधारण पदभ्रमणाचा तक्ता तयार केल्यानंतर बोर्गने इतरांचा निरोप घेऊन मोहिमेला सुरवात केली.

तीन मार्च ते पंचवीस मार्चपर्यंत रोज सरासरी पंचवीस किमी अंतर पदभ्रमण केले जात असे. सर्वसाधारण तापमान ५ अंश ते १५ अंश सेल्सिअस इतके असे. सगळीकडे लहानमोठ्या आकाराचे पांढऱ्या शुभ्र बर्फाचे खडक, मध्ये थोडाफार पाण्याचा झरा आणि डोक्यावरती निरभ्र निळेशार आभाळ असा परिसर दिसत असे.

पाठीवरच्या बॅगमध्ये अशा प्रकारची यंत्रणा होती की, त्या मधून छोटा तंबू तयार होईल. तंबूच्या आतील बाजूस उबदार वातावरणात विश्रांती घेता येत असे. २८ मार्च रोजी बोर्गच्या जिवावर बेतले असते असा प्रसंग निर्माण झाला. बर्फाच्या डोंगराच्या आडून काही हालचाल घडत असावी, असा भास बोर्गला

झाला. बायनॉक्युलरच्या साहाय्याने निरखून पाहिल्यानंतर बर्फाचे तुकडे हलताना दिसले. तीन पांढरीशुभ्र ध्रुवीय अस्वले त्यांच्या रोखाने येताना दिसली. अस्वलांचे घ्राणेंद्रीय तीक्ष्ण असते. त्यांना तत्काळ वेगळ्या प्राण्यांचा वास येतो. ती नरभक्षक असतात. याची कल्पना असल्याने बोर्गने ताबडतोब बंदुकीतून त्या कळपाच्या जवळपास गोळ्या झाडल्या. त्यांना जखमी केले नाही; परंतु घाबरून सोडल्याने कळपाने पोबारा केला.

पुढचा प्रवास कमकुवत, भुसभुशीत बर्फातून सुरू होता. त्या वेळी अतिशय काळजीपूर्वक पावले टाकावी लागत होती. समजा एकदम खोल खड्ड्यात गेल्यास प्राण वाचविता यावेत म्हणून त्याच्या जवळ घडीचा पोल होता. तो पोलचा आधार घेऊन खड्ड्यातून वर येणे शक्य होते. प्रवास करताना १ एप्रिलचा दिवस उजाडला. तो दिवस त्या मोहिमेतील सर्वात थंडगार, अतीशीत होता. त्या दिवशी परिसराचे तापमान उणे ४१ अंश सेल्सिअस इतके होते. त्या दिवसात शरीराचे उबदारपणा कायम राखण्याकरिता बोर्गला फार परिश्रम करावे लागले. सतत उष्णता देणाऱ्या टॉर्चचा वापर करावा लागला.

२३ एप्रिलचा दिवस त्याचे दृष्टीने अत्यंत महत्त्वाचा ठरला. तो पृथ्वीच्या माथ्यावर चक्क उत्तर ध्रुवावर आरूढ होता. कंपासच्या साहाय्याने त्याने त्या प्रदेशातील अचूक नोंदी केल्या. भौगोलिक आणि चुंबकीय उत्तर ध्रुव यांच्यात अंतर आहे हे प्रयोगाने सिद्ध करता आले. उत्तर ध्रुवांवर त्याला अचानकपणे २० पाहुण्याची गाठभेट घेता आली! ते पाहुणे पर्यटक पाच-सहा देशांमधील होते. स्वीडनमधून एका हेलिकॉप्टरमार्फत उत्तर ध्रुवाला भेट देण्यासाठी, त्यांची सहल गॅलपेगौस नावाच्या ट्रॅव्हल कंपनीने आयोजित केली होती. त्या पर्यटकांसमवेत खूप छायाचित्रे काढण्यात आली. त्या ग्रुपमध्ये दोन अरब पर्यटक होते. सौदी अरेबियातील राजघराण्यांतील असल्याने त्यांचे विशेष कौतुक होते. त्यांनी सभोवताली पसरलेला बर्फाळ प्रदेश पाहून अक्षरश: तोंडात बोटे घातली. त्यातील एकाने उद्‌गार काढले, पृथ्वी म्हणजे केवढा शक्तीवान फ्रीज आहे. अरेबियात बर्फ फक्त घरातल्या रेफ्रीजरेटरमध्ये पाहायला मिळतो.

२४-२५ एप्रिलला उत्तर ध्रुवीय प्रदेश सोडून पुन्हा पश्चिम दिशेनी वाटचाल सुरू झाली. येथपर्यंत १६०० किमी प्रवास पूर्ण झालेला होता. त्यानंतर एक अडचण आली बर्फ संपून एकदम जलीय प्रदेश सुरू झाला. त्या भागाचे बायनॉक्यूलरने निरीक्षण केल्यावर फक्त एके ठिकाणी सुमारे १५० मीटर्सचे अंतर पोहून गेल्यास पुन्हा बर्फाळ जमीन लागणार होती. बोर्गने सर्व

कपड्यांची जमवाजमव करून एकावर एक थर घालून ते अंतर पोहून जाण्याचे ठरविले. त्या वेळी पाण्याचे तपमान होते उणे ५ अंश सेल्सिअस. थोडे अंतर पोहून जाताना मरणप्राय वेदना मात्र त्याला अनुभवायला मिळाल्या.

त्यानंतर साहसी मोहीम अंतिम टप्प्यात पोहोचली. हवामान चांगले होते. वातावरण उबदार होते. बर्फ खूप घट्ट होता. त्यामुळे त्याने एका दिवसात तब्बल ७२ कि.मी. अंतर पूर्ण करण्याचा पराक्रम केला. अशा प्रकारे तब्बल ८० दिवस बर्फाळ वातावरणात प्रवास केल्याने त्याचे वजन ३५ पौंडानी कमी झाले होते. दोन्ही पायांना जखमा होऊन त्यातून रक्तस्त्रावही सुरू झाला होता. बरोबर घेतलेली सर्व औषधे वापरूनही परिणाम होत नव्हता. परंतु केवळ जिद्दीवर त्याने शेवटच्या तीन दिवसांचा प्रवास पूर्ण केला. कॅनडाच्या वॉर्डडेट येथे त्याचे स्वागत करण्यास कुटुंबिय व शास्त्रज्ञ जमले होते. अशा प्रकारे तब्बल ८२ दिवसात बोर्गने अतिशीत प्रदेशातील भ्रमंतीचे साहस पूर्ण केले.

☐☐☐

१२. गोबीचे वाळवंट - नैसर्गिक आपत्ती

'पाणी हेच जीवन' हे वाक्य अनेक अर्थांनी आपोआप सिद्ध होते. सूर्याच्या उष्णतेमुळे सागराच्या, नद्यांच्या पाण्याचे रूपांतर बाष्पात होते. वातावरणाच्या उंच थरात बाष्प साचते. त्याचे तापमान कमी होते. पावसाच्या थेंबांत रूपांतर होऊन जमिनीवर पाऊस पडतो. ही नैसर्गिक चक्राची वाटचाल युगानुयुगे घडत आहे. या चक्राला योग्य प्रकारे राखण्यास मात्र वाऱ्याची दिशा मारक ठरते.

साधारणतः सात-आठ हजार फूट उंचीवरून वाहणारे वारे बाष्पयुक्त ढगांना दूर ढकलतात. त्याचा परिणाम म्हणजे, ठरावीक भूप्रदेशांत पाऊस अजिबात पडत नाही. ही दुर्दैवी परिस्थिती वर्षानुवर्षे कायम राहते आणि त्याचा परिणाम म्हणजे पृथ्वीवर सहारा, गोबी, नामिबिया, कच्छ यांसारखी वाळवंटे व शुष्क-वैराण प्रदेश निर्माण होतो. पाण्याची अत्यंत कमतरता असल्याने विरळ लोकवस्ती, वनस्पतींचे कमी प्रमाण आढळते. उंट, शेळ्या, बकऱ्या यांसारख्या

वाळक्या गवतावर उपजीविका करणाऱ्या प्राण्यांचा वावर तेथे असतो.

निसर्गाच्या याच नियमांमुळे चीन या विस्तृत देशाला उत्तर सीमेवर गोबी वाळवंटाचा शाप चिकटलेला आहे. मंगोलिया देशाचा अर्धा भाग आणि चीनच्या उत्तर भागातील अल्ताय पर्वतरांगा, अलाशन प्रांत यांना गोबी वाळवंटाने संपूर्णपणे रखरखीत करून टाकले आहे.

गोबीच्या वाळवंटामुळे तेथील रहिवाशांचे जीवनमान पूर्णपणे बदलून गेले आहे. ज्या भागात भूमिगत पाण्याचा साठा उपलब्ध असेल; तेथे जीवनावश्यक शेती पिकविणे, मोजक्या जनावरांना पाळणे, माती-चिखल-गवत यांच्या मिश्रणांपासून घराच्या भिंती तयार करून कसा तरी आडोसा निर्माण करणे-यांसारखे अत्यंत कष्टप्रद जीवन तेथील लोकांना जगावे लागते.

मंगोलियाच्या दक्षिण भागांत मुस्लिम, अरब आणि चिनी जमातीच्या संकरातून तार्तार लढाऊ जमात निर्माण झाली. क्रौर्य, धाडस, उत्तम घोडेस्वार असलेले सैन्य चंगीझ खान नावाच्या राजाने इ. स. १२०० मध्ये स्थापन केले.

घोड्यांवर स्वार व्हायचे, तलवारीच्या साह्याने अत्यंत चपळतेने वस्त्यांवर व खेड्यांवर चढाई करायची, निर्दयतेने लूटमार करून सर्व चीजवस्तू लुटून न्यायची- हा त्यांचा आयुष्यक्रम होता. लूटमार, हल्ले, खुनशीपणा, निर्दयता हा मंगोलियन, तार्तार, चायनीज संस्कृतीचा स्थायिभाव ठरला.

चंगीझ खानने केलेल्या दुष्कृत्यांची मालिका केवळ आत्यंतिक भीषण, अविश्वासनीय आहे. खारा बॅटोर नावाच्या राजाचे चीनच्या उत्तर सीमेवर भक्कम राज्य होते. त्याचे सैन्य अत्यंत शौर्यवान असल्याने उपलब्ध पाण्याचे योग्य नियोजन केल्याने त्याची प्रजा सुख समृद्धीत नांदत होती. बॅटोरकडे सत्ता आणि संपत्ती भरपूर आहे, हे चंगीझ खानाने ओळखले.

बॅटोरचे राज्य पादाक्रांत करण्यासाठी चंगीझ खानने जंग-जंग पछाडले. यश मिळवण्यासाठी त्याने एक विलक्षण युक्ती योजली. बाईशॉन, इजीन क्वॉय या प्रदेशातून वाहत जाणारी, अल्तायन पर्वतातून उगम पावणारी नदी ब्लॅक रिव्हर त्याने ताब्यात घेतली. सैन्याच्या आधिपत्याखाली नदीच्या प्रदेशातील गावकऱ्यांना दडपशाहीने कामाला लावले. दोन वर्षे खोदकाम करून नदीचे पात्र वळविले. साहजिकच खारा बॅटोरच्या साम्राज्यात येणारे पाण्याचे प्रमाण कमी झाले. अखेरीला नदीच्या पाण्यात विष मिसळले, एकदम हल्ला चढविला आणि त्या साम्राज्याची ससेहोलपट करून एके काळच्या साम्राज्याचा अक्षरश: भुगा केला.

गोबीच्या वाळवंटाने पाच लाख चौ.मी. प्रदेश व्यापलेला आहे. गोबी या मंगोलियन शब्दाचा अर्थ आहे पाणीविरहित प्रदेश. गोबीच्या वाळवंटीय प्रदेशात वर्षभर सरासरीने दोन ते तीन इंच पाऊस पडतो.

काही प्रदेशात तर वर्षानुवर्षे पावसाचा एकही थेंब पडत नाही. साधारणत: वर्षातील सात महिने कडक उन्हाळा, पाऊस नाही. त्यामुळे शतकानुशतके झीज होऊन पिवळट रंगाची वाळू इथे तयार झाली आहे. वाळूचे डोंगर आणि मैलोन्मैल पसरलेली वाळू, हेच या प्रदेशाचे वैशिष्ट्य आहे. वेगवान वारे वाहतात आणि वाळूचे कण मैलन्मैल दूरवर पसरले जातात. काही ठिकाणी ते एकत्रित होतात.

परिणमत: अशा पूर्णपणे विपरीत प्रदेशांवर मात्र चिनी सरकारने शास्त्रज्ञांच्या मदतीने गेल्या पंधरा-वीस वर्षांत प्रयत्नपूर्वक मात करण्यास सुरुवात केली आहे.

पाण्याच्या साठ्याभोवती ठरावीक प्रकारचे खुरटे गवत वाढवून, वाळू रोखून धरण्यात, वाळवंटाचे आक्रमण थोपविण्यात यश मिळू लागले आहे. पाण्यावर प्रक्रिया करून, क्षारांचे प्रमाण कमी करून पिण्याच्या पाण्याचा, शेतीचा प्रश्न चांगल्या प्रकारे सोडविला आहे. ड्रनहाँग प्रांतात गवत वाढवून मेंढ्यांची पैदास होते. त्यांच्यापासून उत्कृष्ट दर्जाची लोकर मिळू लागली आहे. जिनचाँग, यानचुंग भागात लोहमार्ग टाकून वाहतूक सुरू केली आहे.

पुरातन अवशेष, गुहेतील चित्रकला, वाळवंटातील विश्रामस्थाने आदी आकर्षणे वाढवून परदेशी पर्यटक मोठ्या प्रमाणात येथे येऊ लागले आहेत. वेगवेगळ्या प्रयत्नांमार्फत येत्या ५० वर्षांत गोबीच्या वाळवंटाचा जबरदस्त कायापालट करण्याचा चिनी सरकारने निर्णय घेतला आहे.

□□□

१३. सूर्य

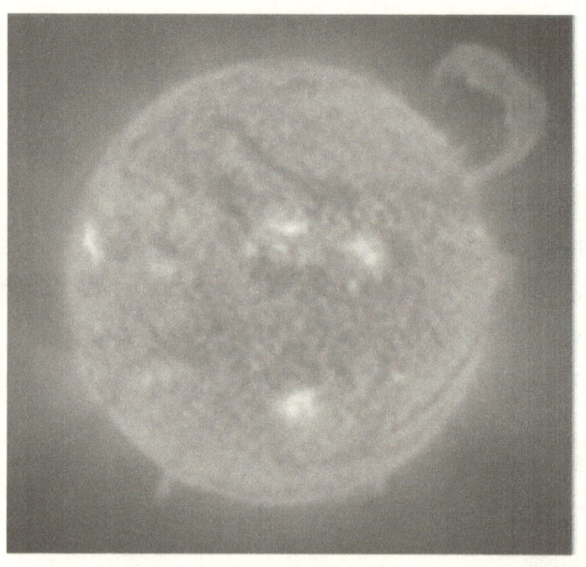

१. सगळ्या पृथ्वीला, सूर्यमालिकेला, ग्रहताऱ्यांना, वनस्पतींना ऊर्जा (शक्ती) पुरवणरा सूर्य हा एकमेव तारा आहे.

२. सूर्याचा जन्म ५ अब्ज वर्षांपूर्वी झाला.

३. सूर्य हायड्रोजन वायूच्या अणूंचे रूपांतर हेलिअम वायूत करतो. या क्रियेमुळेच सूर्यापासून अति प्रचंड उष्णता निर्माण केली जाते.

४. सूर्याच्या केंद्रस्थानी (पोटात) चौदा दशलक्ष सेल्सिअस इतके प्रचंड तापमान असते. आपल्याकडे उन्हाळ्यात फक्त चाळीस-पंचेचाळीस अंश सेल्सिअस तापमान झाल्यानंतर असह्य उकाडा सुरू होतो.

५. सूर्य पृथ्वीपासून कोट्यवधी किमी अंतरावर आहे. सूर्याच्या पृष्ठभागावरील

तापमान सर्वसाधारणपणे ६००० अंश सेल्सिअस असते. पृथ्वी व सूर्य यांच्यातील अंतर काही हजार किलोमीटर्सनी कमी झाले की आपल्याला कडक उन्हाळा जाणवू लागतो.

६. सूर्य एकाच ठिकाणी स्थिर आहे. पृथ्वी सूर्याभोवती वर्षभरात प्रदक्षिणा पूर्ण करते. त्याचबरोबर संथ गतीने स्वत:भोवती फिरत असते. या दोन्ही गतींमुळे पृथ्वीवर उन्हाळा, हिवाळा, पावसाळा हे ऋतू निर्माण होतात.

◻◻◻

१४. दगडी पुतळ्यांमागील संस्कृती

पृथ्वीवरील विविधता, अगाधता, अज्ञानता, खरोखरीच अवर्णनिय आहे. संशोधक वृत्तीचा मानव पृथ्वीच्या प्रचंड पसाऱ्यातील कानाकोपऱ्यातील लपलेली अज्ञात आश्चर्ये शोधून काढण्यासाठी, त्यामागील अर्थ जाणून घेण्यासाठी प्रचंड प्रयत्न करीत असतो. कालातंराने त्याला यश मिळते.

गेल्या चाळीस-पन्नास वर्षात संशोधकांना एक आश्चर्ययुक्त ठिकाण आढळून आले. ते म्हणजे पॅसिफिक महासागरातील ईस्टर आयलंड नावाचे बेट. दक्षिण पॅसिफिक महासागराचा भाग म्हणून ज्ञात असलेल्या महासागरात चिली देशाच्या पश्चिमेला सुमारे ४ हजार कि. मी अंतरावर आणि ताहिती बेटसमूहाच्या पूर्वेला ३ हजार कि. मी अंतरावर ईस्टर आयलंड वसले आहे.

ईस्टर आयलंड नावाचे बेट पॉलीनेशिया प्रदेशात समाविष्ट केले जाते.

साधारणत: त्रिकोणी आकार असलेल्या या बेटाचे क्षेत्रफळ सुमारे एकशे दहा चौ.कि.मी असून त्यातील विविधता केवळ अवर्णनिय आहे. या बेटावरील वैशिष्ट्य म्हणजे पश्चिमेकडील सागरी किनाऱ्याच्या लगत पत्थरातून कोरून काढलेले, मानवी आकृतीचे, बऱ्याच प्रमाणात मानवी चेहऱ्यांचे पुतळे आहेत. पुतळ्यांची उंची सरासरी ८ ते १२ फुटांची असून एकूण संख्या ९८० इतकी आहे. साधारणत: प्रत्येक पुतळ्याचे वजन तीन ते चार टन असून त्यांची निर्मिती सुमारे १.५ ते २ हजार वर्षापूर्वी झाली असावी, असा संशोधकाचा अंदाज आहे. चिली विद्यापीठातील प्रा. रिचर्ड कानिफ आणि त्यांचे छायाचित्रकार बॉब सॉचा यांनी या बेटांवर बरांच काळ राहून, भ्रमंती करून, माहिती गोळा करून अज्ञात इतिहास जगासमोर आणण्याचा यशस्वी प्रयत्न १९९० ते १९९५ ह्या कालखंडात केला. त्यांच्या संशोधन मोहिमेला नॅशनल जिओग्राफिक संस्थेने साहित्य, माहिती पुरवली.

या बेटाच्या ओरोंगो नावाच्या पूर्व किनाऱ्यावरील भागांत सागर किनाऱ्यापासून सुमारे एक किलोमीटर अंतरावर जणू प्रर्दशनासाठी मांडलेले असावेत, अशा स्वरूपातील एकशे वीस दगडातील कोरीव पुतळे आहेत. सर्व पुतळ्यांमध्ये मानवी चेहरा कोरलेला आहे. बेटाच्या उत्तर आणि मध्य भागांत काही ठिकाणी गुहा आहेत. गुहाच्या आतील बाजूसही मानवी आकृत्या कोरण्यात आल्या आहेत. गुहांमध्ये मानवी सांगाडे आढळले. त्यावरून मृत व्यक्तीच्या सोबत म्हणून सांगाडे कोरलेले असावेत. असा अदांज आहे. प्रथम दर्शनी हे पुतळे म्हणजे अंधश्रद्धचे प्रतीक म्हणून तयार केले असावेत. असा संशोधकाचा समज झाला. परग्रहावरून कोणत्याही शक्तीवान प्राण्याचे त्या भागात आगमन झाले असावे आणि त्याच्या आज्ञेवरून ह्या प्रकारचे कोरीव काम करण्यात आले असावे. तेथे सापडलेले इतर अवशेष, कोरीव काम काही भित्तीचित्रे रंगवलेली आहेत. त्या रंगकामाच्या निरीक्षणावरून त्या सर्व कलाकृती इ.स. ४०० ते ५०० या कालंखडात निर्माण करण्यात आल्या. बेटाच्या दक्षिण भागातील किनाऱ्यांवरील काही खडकांवर मोठ्या आकारच्या उड्डाण करणाऱ्या पक्ष्याच्या, जलचरांच्या आकृत्या कोरण्यात आल्या आहेत. सागरी वारे, ऊन, पाऊस, यामुळे त्या आकृत्यांची बऱ्याच प्रमाणात आता झीज झालेली आहे. सूक्ष्म, तंत्रशुद्ध निरिक्षण केल्यास त्यातील कलाकृतींची कल्पना येऊ शकते.

दक्षिण अमेरिकेतील मुळच्या रेड इडियन वंशांच्या 'रूपा नई' जमातीच्या व्यक्तिंनी तेथे सुमारे दोन हजार वर्षांपूर्वी वसाहत केली असावी. अद्यापही त्या

बेटांवर दीड हजार कुटुंबे' रूपा नुई ' जमातीची शिल्लक असून ते त्यांच्या चालीरीती, सांभाळून आहेत. काही स्पॅनिश शब्द समाविष्ट असलेली त्यांची बोलीभाषा इतरांना समजणे कठीण असते. विशेष म्हणजे बोटभर जाडीच्या वेलीपासून ते टिकाऊ स्वरूपाचे धागे तयार करतात. ते चांगले भक्कम असतात. ते धागे बोटांमधून धरून त्यांची हरतऱ्हेची गुंफण करून सुमारे शंभर प्रकारचे हातचलाखी खेळ करण्यात ते वाक्बगार असतात. पिढ्यान्पिढ्या त्याच्या हातचलाखीचे कौशल्य, अर्थपूर्ण गाणी आणि विशिष्ट चालीरीती नवीन पिढीतील मुलांना त्यांनी प्रयत्नपूर्वक दिले आहेत. या बेटांवर केळी, तांदूळ, सुरण, बटाटा, रताळी, यांचे पीक चांगल्या प्रकारे येते. काही ऐतिहासिक पुराव्यामार्फत १७२२ मध्ये डच खलाशांनी सर्वप्रथम तेथे पदार्पण केले असावे, असे निश्चित झाले. त्या दिवशी खिश्चनांचा 'ईस्टर' सण होता व रविवार होता म्हणून या बेटांचे नामकरण' ईस्टर आयलंड' असे करण्यात आले. डच खलांशांना पाहून स्थानिक लोकांनी बेटाच्या आतील बाजूस पळ काढला आणि आश्रय घेतला. संरक्षण मिळविण्यासाठी त्यांनी गुहा खोदल्या व तेथे कोरीव शिल्पे उभारली असावीत. सागरी किनारी उभारलेल्या पुतळ्यांच्या दर्शनाने डच खलाशी घाबरले. त्यांनी माघार घेतली; परंतु त्यानंतर औत्सुक्य निर्माण होऊन डच संशोधक तेथे आले. त्या व्यक्तीमार्फत या बेटांवर ख्रिश्चन धर्म आणि गुलामाचा वापर या दोन प्रथा १७५० नंतर अस्तित्वात आल्या. सागर किनाऱ्यापासून आतील बाजूस सुमारे दोन किमी अंतरावर एक वर्तुळाकर भव्य तळे आहे. त्या तळाचा व्यास अर्धा कि.मी. असून त्यात सदैव गोडे पाणी असते. तळ्यातील पाण्यात जलवनस्पती, शैवाल वाढते; पाण्याचा वापर सर्रासपणे पिण्यासाठी करण्यात येतो. येलोटेलि फिश, पॉम्फ्रेट या प्रकारचे मत्स्य तेथे मोठ्या प्रमाणात उपलब्ध असतात. १९८० पासून ह्या बेटांकडे चिली देशांने पर्यटन केंद्र म्हणून जास्त लक्ष दिले. तेथे एक विमानतळ बांधला आणि अत्याधुनिक सुधारणांचे आक्रमण होऊ लागले. प्रतीवर्षी दहा हजारापर्यंत पर्यटक तेथे भेट देतात. सागरीकिनारी मौजमजा करतात याचे दुःख तेथील मुळच्या आदिवासींना होत आहे. संशोधकाचे मतानुसार सुमारे दीड हजार वर्षापूर्वी तेथील 'रूपा नुई' प्रकारची संस्कृती नांदत होती. त्यानीच ती कोरीव शिल्पे स्वरंक्षणार्थ उभारली असावीत, परंतु अद्यापही ती शिल्पे मोठ्या प्रमाणावर उघड्यावर का उभारली? कोणी तयार केली? का तयार केली? इत्यादी प्रश्नांची उत्तरे समाधानकारकपणे मिळाली नाहीत?

❑❑❑

१५. दहा पायांचे ग्रंथालय !

ग्रंथ हेच गुरू. ग्रंथालय म्हणजेच गुरूंचे वास्तव्य असलेले ज्ञानमंदिर. यामध्ये प्रचंड अर्थ सामावलेला आहे. मानवप्राण्याला वाचन आणि विचार या दोन महान शक्ती उपलब्ध झालेल्या आहेत. त्यांचा योग्य वापर केल्यास त्यांची प्रचंड वृद्धी होऊ शकते. वेगवेगळ्या विषयांवरील ग्रंथांचे वाचन करून अशिक्षित सुशिक्षित होऊ शकतो, सुशिक्षित ज्ञानी होऊन वैयक्तिक प्रगती साधू शकतो.

स्वत:च्या ज्ञानाची वृद्धी करून घेताना इतरांनाही ज्ञानप्राप्ती व्हावी, ज्ञानाचा प्रसार कोनाकोपऱ्यात घडून यावा, या उद्देशाने ग्रंथालयाची संकल्पना अस्तित्वात आली. काही जणांनी आपल्या घरातील लहानग्या खोलीत ग्रंथालय स्थापले, काहींनी घरातील एक-दोन कपाटांमध्ये ग्रंथालय साकारले, तर काहींनी प्रशस्त दिवाणखान्यात ग्रंथालयाचा पसारा वाढविला. ग्रंथालय एखाद्या ठिकाणी निश्चितपणे स्थिर असल्यास तेथे ठरावीक वेळेला जाऊन पुस्तके वाचण्याची इच्छा पूर्ण करता येऊ लागली; परंतु दूरवर वास्तव्य करणाऱ्या आणि वाचनाची

विलक्षण आवड असणाऱ्या व्यक्तींसाठी फिरते ग्रंथालय सुरू करण्याची प्रथा गरजेपोटी सुरू झाली.

सायकलवरून, मोटारीमधून ठरावीक दिवसांच्या अंतराने ठिकठिकाणी जाऊन पुस्तकांची देवाण-घेवाण करण्याचा प्रघात अनेक खेड्यापाड्यांतून साकारला जाऊ लागला. या सर्व प्रकारांवर कडी केली ती म्हणजे, दक्षिण अमेरिकेतील कोलंबिया देशातील ल्युईस सोरीऑनो नावाच्या प्राथमिक शिक्षकाने. त्याने दोन गाढवांवरून नावारूपास आणलेले फिरते ग्रंथालय जगातील कौतुकाचा विषय ठरला आहे.

कोलंबिया हा देश एकंदरीत मागास. दूरपर्यंत पसरलेल्या खेड्यापाड्यांचा, अशिक्षित खेडुतांचा आणि दुर्गम भागात लोकवस्ती असलेला देश आहे. दक्षिण अमेरिका खंडातील कोलंबिया देश आधुनिक सुधारणांपासून वंचित राहिला. कोलंबियाच्या उत्तर भागातील व्हेलीएडुपार हा दुर्गम भाग सोरीऑनोने १९९० मध्ये आपले कार्यक्षेत्र म्हणून निवडला.

प्राथमिक शिक्षक म्हणून त्याने निवृत्ती स्वीकारल्यानंतर दूरवरच्या वाड्या-वस्त्यांमध्ये पसरलेले त्याचे विद्यार्थी आणि त्यांचे अशिक्षित, प्रौढ पालक यांना वाचनाची पुस्तके पुरवावीत, ज्ञानप्रसार करावा, असे त्याने ठरविले. प्रौढांसाठी मोठ्या अक्षरांतील गोष्टींची पुस्तके आणि बालकांसाठी चित्रांची, रंगीत माहितीची पुस्तके त्याने सुरुवातीला स्वत:च्या पैशातून खरेदी केली. महिन्याभरात पुस्तकांची संख्या पन्नास झाली.

त्या प्रदेशातील खाचखळग्यांच्या अरुंद रस्त्यांवरून गाढवांद्वारे सर्रास वाहतूक केली जाते. अल्फा आणि बिटा नावाच्या दोन गाढवांवर पिशव्यांमधून पुस्तके ठेवली. या प्रदेशात स्पॅनिश भाषा प्रचलित आहे. स्पॅनिश भाषेत तो गोष्टी वाचून दाखवायचा. रंगीत चित्रांची पुस्तके समजावून द्यायचा.

आठ दिवसांसाठी तेथील प्रमुखाकडे काही पुस्तके स्वाधीन करून तो पुढील मार्गक्रमणा करीत असे. आठ दिवसांसाठी नाममात्र पैसे आकारायचा. दिवसभर प्रवास करून दुसऱ्या मार्गाने घरी परतायचा. महिन्याभरात तो पन्नास चौ.कि.मी. क्षेत्रफळातील वाड्या-वस्त्यांना भेट द्यायचा व पुस्तकांची देवाण-घेवाण करायचा.

वर्षभरात त्याचे 'दहा पायांचे ग्रंथालय' विलक्षण लोकप्रिय झाले. लोकांच्या शिफारशींचा विचार करून त्याने कविता, कादंबऱ्या, प्रवासवर्णने यांसारख्या पुस्तकांची खरेदी केली. 'ला ग्लोरिया' नावाच्या मोठ्या शहरातील विक्रेत्यांशी

संबंध प्रस्थापित करून स्पॅनिश, इंग्लिश भाषेतील वृत्तपत्रे, नियतकालिके, वाढदिवसांच्या निमित्ताने भेट देण्याची पुस्तके, भेटकार्डे यांची विक्री करून नफा मिळविण्यास सुरुवात केली.

त्याच्या प्रयत्नांचे कौतुक वाटून शिक्षणाचा प्रसार करण्यास पाठिंबा देण्यासाठी शिक्षण खात्याने त्याला पुस्तके आणि चार गाढवे विकत घेऊन दिली.

पाच वर्षात त्याच्याकडील हरतऱ्हेच्या पुस्तकांची संख्या सात हजारांपर्यंत झाली. काही प्रकाशकांनी कौतुकाने त्याला पुस्तके भेट देण्याचा प्रघात सुरू केला. आता त्याने अत्यंत रेखीवपणे वेळापत्रक तयार करून ठरावीक प्रदेशात पुस्तकांची देवाण-घेवाण करण्याचा प्रघात सुरू ठेवला आहे. त्याच्याकडे सध्या सोळा गाढवे असून, दहा स्वयंसेवक कार्यरत आहेत. सुरुवातींची दोन गाढवे, एक सेवक (दहा पाय) आणि मोठा फलक ही प्रथा कायम ठेवली आहे. फक्त एक मोटारसायकलवाला पुढे जाऊन 'गाढवावरील ग्रंथालय भेटीस येत आहे' अशी सूचना देतो. ग्रंथप्रसाराची ही नावीन्यपूर्ण शक्कल कोलंबिया सरकारने स्वीकारून 'सोरीआनो'चा भव्य सत्कार केला. बदलत्या काळानुसार त्याने सीडी, कॅसेट्सचाही ग्रंथालयात समावेश केला आहे. अनेक देशांनी ही विलक्षण ज्ञानप्रसाराची मोहीम स्वीकारली आहे.

❏❏❏

१६. अलास्कामधील बर्फ वितळतोय

'ग्लोबल वॉर्मिंग' हा शब्द आता जगाच्या कोनाकोपऱ्यांत घुमू लागला आहे. मानवाची वाढती लोकसंख्या आणि त्यांच्यामार्फत घडणारे हरतऱ्हेचे प्रदूषण हे प्रमुख कारण आहे. हवेच्या प्रदूषणामुळे पृथ्वीचे हवामान, सभोवतालचे वातावरण यांत बदल घडत असून अल्ट्राव्हायोलेट किरणांना अटकाव होत नाही. ओझोन वायूचा थर पूर्वीसारखा राहिलेला नाही. अर्थातच, पृथ्वीचे सर्वसामान्य सरासरी तापमानही वाढत असल्याने दुष्परिणामांना सुरुवात झालेली आहे.

'अमेरिकन नॅशनल इन्स्टिटयूट ऑफ अॅटमॉस्फेरिक रिचर्स' संघटनेमार्फत

अंतराळातील उपग्रहाकडून सतत माहिती घेतली जात आहे. त्यानुसार, बहुतेक भूप्रदेशांतील मोसम (सीझन्स) जाणविण्याइतपत बदललेले आहेत. पावसाच्या प्रमाणात काही ठिकाणी जास्त वाढ झाली असून पावसाचे दुष्परिणाम तेथील पिकांवर दिसू लागले आहेत. उष्णतेचे परिणाम विशेषवरून आर्क्टिकच्या उत्तर ध्रुवीय प्रदेशात दिसून येत आहेत. ध्रुवीय भागांतील बर्फ वितळून सागरी पाण्याची सरासरी उंची वाढत आहे. हीच प्रक्रिया पुढील दोन शतके कायम राहिल्यास सागरकिनाऱ्यांजवळील भागात मोठ्या प्रमाणांत जमीन पाण्याखाली जाणार आहे. मुंबई, शांघाय, चेन्नई, न्यूयॉर्क यांसारख्या जगप्रसिद्ध बंदरांमध्ये बराच बदल घडून येणार आहे.

आश्चर्य म्हणजे, अलास्कामधील बर्फ जाणविण्याइतपत वेगाने वितळू लागले आहे. अलास्का हा अमेरिकेचा भाग असून तो अमेरिकेचा एक प्रांत असल्याने त्यांच्याकडे सरकारने सुधारणा घडून येण्यासाठी वेगळ्या उपाययोजनांची आखणी केली. अलास्कामध्ये, एस्किमो लोकांची परंपरागत वस्ती अनेक शतकांपासून आहे. बर्फाळ कुत्र्यांच्या साह्याने खेचल्या जाणाऱ्या घसरगाड्यांमधून विस्तृत बर्फाळ प्रदेशांत शिकार करणे, हा त्यांचा मूळ व्यवसाय असतो. सील, वॉलरस, रेनडिअर इत्यादी प्राण्यांची शिकार करण्यासाठी त्यांना मोठ्या परिसरात भ्रमण करावे लागते. पूर्वी प्राण्यांच्या कमावलेल्या कातड्यांपासून तयार केलेल्या तंबूमध्ये एस्किमो राहत असत; परंतु त्या प्रदेशात सतत घोंगावणारा वारा, अधून-मधून होणारी बर्फाळ वादळे यांच्यामुळे तंबूचा टिकाव लागत नसे. यापासून बचाव करण्यासाठी दक्षिण अलास्कामधील न्यूटॉक, निंगलिक, कॉक्स इत्यादी प्रदेशात जास्त टिकाऊ स्वरूपाची छोटी घरे बांधून तयार केली. अमेरिकन आर्मी इंजिनिअर्समार्फत तेथील प्रदेशाची इत्थंभूत पाहणी करण्यात आली. त्या पाहणीनुसार उतरत्या छपरांची, सिमेंट, प्लॅस्टिक यांच्या मिश्रणातून तयार केलेल्या ॲसबेस्टो प्लॉस्ट अशा भिंतीची घरे अनेक ठिकाणी बांधण्यात आली. या भिंतींमुळे घरात उबदारपणा राहतो. बर्फाखालील जमिनीत घराचा पाया भक्कमपणे पुरल्यानंतर केव्हाही येणाऱ्या वेगवान वादळांना प्रतिकार केला जातो, असे निश्चित झाले.

दोन वर्षांपासून 'अमेरिकन फिश अँड वाइल्ड लाईफ' या संस्थेतील संशोधकांनी अलास्काच्या भागात अनेकविध निरीक्षणे केली. त्यानुसार त्यांना वैशिष्ट्यपूर्ण भौगोलिक बदल आढळून आले. पूर्वी सागरकिनाऱ्यापासून दोन-अडीच किमी अंतरापर्यंत बर्फ तरंगत असावयाचे, परंतु बहुतेक ठिकाणी ते प्रमाण कमी झाले आहे. सागरी लाटा वेगवेगळ्या भागांत आदळतात. त्यामुळे

किनाऱ्यावरील मातीची झीज मोठ्या प्रमाणात होत आहे. किनाऱ्याचा आकार बदलत असल्याने लहान बोटींच्या वाहतुकीवर परिणाम होत आहे. सर्वांत जास्त दुष्परिणाम न्यूटॉक गावाला जाणवू लागला. या गावाची एकूण लोकवस्ती दोन हजार असून त्यात अमेरिकेने बांधून दिलेल्या घरांमध्ये सातशे एस्किमो राहतात. परंतु एकंदरीत तापमान वाढत असल्याने बर्फ वितळण्याचे प्रमाण वाढून घरांच्या पायांना धोका निर्माण झाला आहे. बर्फ व त्याखालील जमीन उंच-सखल स्वरूपात झिजत आहे. त्याला वैज्ञानिक भाषेत 'पर्माफ्रास्ट' असे म्हणतात. एकंदर पाहणीनुसार, अलास्काच्या बर्फ वितळण्याच्या प्रमाणात वाढ झाल्याने वेगवेगळ्या भागांतील रस्ते, घरे यांना वेगळ्या प्रकारचे धोके निर्माण झाले आहेत. अशा प्रकारे एस्किमो लोकांना स्थलांतरित करण्यासाठी अब्जावधी डॉलर्सचा खर्च येणार आहे.

बर्फ वितळण्याचे प्रमाण वाढत असल्याने तेथील नैसर्गिक जैविक सृष्टीलाही धोका निर्माण झाला आहे. त्या शीत खंडातील बर्फाची मजा लुटण्यासाठी येणाऱ्या पर्यटकांच्या संख्येवरही परिणाम होऊ लागला आहे. पूर्वी ज्या बर्फाळ प्रदेशात शिकार करणे सहज शक्य होते, तेथे आता बर्फ वितळून शिल्लक राहिलेल्या जमिनीवर मोठी झाडे लागली आहेत. अलास्काच्या प्रदेशात घडणारा जैविक बदल आणि तापमान आता अमेरिकन संशोधकांना आव्हानात्मक ठरणार आहे.

□□□

१७. होमो इरेक्ट्स - मानवसदृश प्राणी

होमो इरेक्टस (मानवसदृश प्राणी) यांपासून उत्क्रांती होत-होत होमोसेपिअन्स (आधुनिक मानवप्राणी) प्राणी निर्माण झाला. याचा अभ्यास म्हणजे पृथ्वीवरील घडामोडींचा अभ्यास आहे. या अभ्यासात गेल्या अडीच-तीन लाख वर्षांतील पृथ्वीवरील घडामोडींचा समावेश असतो. असंख्य जीवाश्मांचे निरीक्षण करावे लागते. त्यावरून अनुमाने काढली जातात. जीवाश्मसंशोधक, प्राणी-अभ्यासक, इतिहासाचे अभ्यासक, उत्क्रांतितत्त्वाचे संशोधक यांनी त्या संदर्भात निरीक्षणे व भाष्य केलेले असते. या सर्वांचा एकत्रित विचार करून, निश्चित स्वरूपात तत्त्वे मांडली जातात.

उत्क्रांतितत्त्वाचा अभ्यास करताना, वेगवेगळ्या प्रकारचे प्राणी निर्माण कसे झाले असावेत, पृथ्वीच्या कोणत्या परिसरात त्यांचा वावर होता, कालांतराने त्यांचा विनाश का व कसा ओढविला, कोणकोणत्या क्रमाने ते प्राणी पृथ्वीतलावरून नष्ट झाले- याचा संपूर्ण मागोवा घ्यावा लागतो. या अभ्यासाकरिता उत्खनन करून अनेकविध प्रकारच्या जीवाश्मांची ठिकठिकाणाहून जमवाजमव करावी लागते, त्यांची जुळणी करावी लागते आणि शास्त्रज्ञ आपले तत्त्व, निरीक्षणे त्याच विषयातील संशोधन करणाऱ्या इतर शास्त्रज्ञांपुढे सादर करतात. त्या संदर्भात शास्त्रज्ञांमध्ये खूप चर्चा, उलटसुलट वादविवाद होतात.

सर्व प्रकारच्या शंका-कुशंका दूर झाल्यानंतर ते तत्त्व मान्यताप्राप्त पावते.

या घडामोडीत अनेक प्रकारचे सजीव कालांतराने नष्ट होतात. नवे उदयाला येतात. अर्थात, ही क्रिया अनेक वर्षांची आणि अत्यंत संथ गतीची असते. या संदर्भातील भक्कम पुरावा म्हणजे लक्षावधी वर्षांपूर्वी डायनॉसॉर, ब्राँटोसॉरस, स्ट्रेगोसॉरस यांसारखे महाकाय प्राणी पृथ्वीतलावर वावरत होते; परंतु ते आता पूर्णपणे नष्ट झाले आहेत. त्या महाकाय शरीराच्या प्राण्यांचे फक्त जीवाश्म ठिकठिकाणी उत्खननावाटे उपलब्ध झाले आहेत. त्या जीवाश्मांची जोडणी करून त्या प्राण्यांचा आकार, खाद्यसवयी, शरीराची ठेवण, हालचालींची पद्धत यांसारख्या अनेक घटकांचा शास्त्रीय पद्धतीने केलेला अभ्यास शास्त्रज्ञांना रोमांचकारी वाटतो.

उत्क्रांतिवादाचे स्पष्टीकरण देताना चार्ल्स डार्विन या असामान्य संशोधकाने एक महान तत्त्व तयार केले. ते तत्त्व मानवनिर्मितीच्या संदर्भात तर सर्व शास्त्रज्ञांना दीपस्तंभाप्रमाणे मार्गदर्शक ठरत आहे. 'जगण्यासाठी धडपड आणि सर्वोत्कृष्ट तेच यशस्वी' या एका वाक्यामध्ये उत्क्रांतीचे तत्त्व सामावलेले आहे.

या उत्क्रांतिवादात ओरँगउटान या मानवसदृश प्राण्याचा दुवा फार मोलाचा ठरला. ओरँगउटान हा जंगलात राहणारा, संपूर्ण शाकाहारी, कळप करून राहणारा असा प्राणी सर्वप्रथम आफ्रिकेच्या घनदाट जंगलामध्ये वास्तव्य करीत होता. हजारो वर्षांपासून मानवाची संख्या पृथ्वीतलावर संथगतीने वाढू लागली. जंगले नष्ट होऊ लागली. पर्यावरणाचा वेगवेगळ्या प्रकारे ऱ्हास झाला आणि ओरँगउटानचे स्थलांतर मध्य, दक्षिण आफ्रिकेच्या दाट जंगलांतून पूर्व आशियातील जावा, सुमात्राच्या जंगलांमध्ये झाल्याचे शास्त्रज्ञ मान्य करतात.

आता पृथ्वीवर फक्त इंडोनेशियाच्या भागात त्यांची कमी-कमी होत जाणारी संख्या हा प्राणी- शास्त्रज्ञांचा चिंतेचा विषय ठरला आहे. शेरिल नॉट आणि त्यांची पत्नी टिम नॉट या दांपत्याने इंडोनेशियातील गुनूंग पालुंगच्या घनदाट जंगलात वास्तव्य करून ओरँगउटानवर केलेले संशोधन म्हणजे धाडसी संशोधनाचा उत्तम नमुना आहे.

त्यांनी १९९४ पासून या विषयांवर टप्प्याटप्प्याने संशोधन केले. सन १९९० च्या सुमारास यांची संख्या तेरा ते चौदा हजार होती; परंतु ती आता चार हजारांच्या जवळपास आलेली आहे. विशेष म्हणजे, नर ओरँगउटानमधील प्रजोत्पादनशक्ती कमी-कमी होत असल्याचे त्यांनी सिद्ध केले आहे. गर्भधारणकाळ तीन-साडेतीन वर्षांचा असल्याने नवनिर्मितीचे प्रमाण रोडावत आहे. याचबरोबर

लाकडाचा चोरटा व्यापार करण्यासाठी, इंडोनेशियातील जंगले नष्ट करण्यात येत आहेत. त्यामुळे ओरँग-उटानला झाडांवर वावरता येत नाही, हा निष्कर्ष धक्कादायक आहे. नॉट पती-पत्नींनी दिलेल्या असंख्य निष्कर्षांवर आधारित अहवालावरून इंडोनेशियन सरकार ओरँगउटानला वाचविण्यासाठी प्रयत्नशील आहे.

❑❑❑

१८. आधुनिक यांत्रिक शल्यविशारद

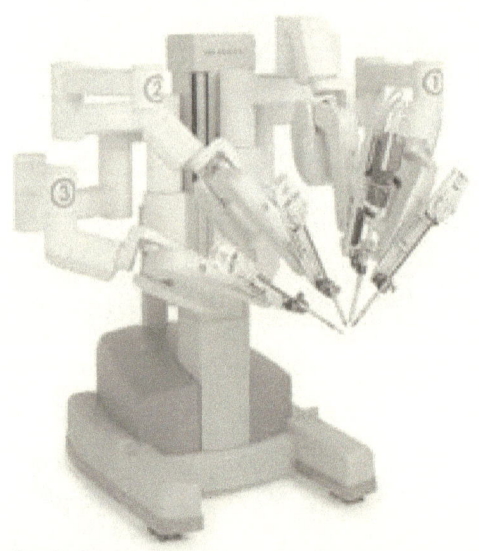

मनुष्याला होणारे वेगवेगळे आजार, त्या आजारांच्या लक्षणावरून निदान करणारे आणि रुग्णांना आराम मिळवून देणारे चिकित्सक (डॉक्टर्स) यांचा इतिहास शेकडो वर्षांपासूनचा आहे. ज्या प्रमाणात मानवाची प्रगती झाली, सुधारणा होत गेल्या; त्या प्रमाणात रोगनिदान करून औषधांच्या साह्याने रुग्णाला बरे करणाऱ्या डॉक्टर्सच्या संख्येत वाढ होऊ लागली. काही रोगांमध्ये किंवा अपघातांमध्ये रोगजंतू शरीरातील इंद्रियांवर, अस्थींवर हल्ले चढवून ते ग्रासण्यास सुरुवात होते. अशा वेळी केवळ औषधोपचार करून उपयोग होत नाही. शस्त्रक्रिया करून काही रोगग्रस्त भाग काढून टाकावा लागतो किंवा अस्थींना जोड देऊन अस्थिभंग (फ्रॅक्चर) दुरुस्त करता येतो.

शस्त्रक्रिया करून शरीर पूर्ववत् करणाऱ्या शल्यविशारदांनी (सर्जन्स)

वेगळाच इतिहास घडवला आहे. गेल्या सहा-सात दशकांत शस्त्रक्रिया तंत्रात आमूलाग्र प्रगती घडत आहे. निकामी हृदय काढून टाकून तेथे मृत व्यक्तीचे धडधाकट हृदय बसविण्याची हृदयरोपणाची शस्त्रक्रिया १९६८ च्या सुमारास यशस्वी झाली. हृदयानंतर वृक्क (किडनी), नेत्रपटल (रेटिना), यकृताचे भाग (लिव्हर), दात यांच्या जागी नवे अवयव बसविणे किंवा कृत्रिम भाग बसवून कार्य सुरू ठेवणे-अशा शस्त्रक्रिया यशस्वी ठरल्या. अर्थात, अशा प्रकारे शस्त्रक्रियांमार्फत पुन्हा शरीर तंदुरुस्त करणाऱ्या शल्यविशारदांची संख्या खूप कमी असते. शल्यविशारद होण्यासाठी अचूकता, निष्णातपणा यांची नितांत गरज असते. शस्त्रक्रिया करताना इतर इंद्रियांना- भागांना धक्का पोहोचू नये, अनावश्यक रक्तस्राव घडू नये यासाठी शंभर टक्के अचूकता अत्यावश्यक असते. अत्याधुनिक तंत्रज्ञानाने यंत्राच्या साह्याने, संगणकाच्या मदतीने शस्त्रक्रिया यशस्वी करण्यास सुरुवात केली आहे. यातून अलीकडे वैद्यकीय यांत्रिकी तंत्रज्ञान (मेडिकल रोबो टेक्नॉलॉजी) विकसित होऊ लागली आहे.

कॅलिफोर्नियातील माउंटन व्ह्यू वैद्यकीय कंपनीने शस्त्रक्रिया करू शकणारा 'डा व्हिन्सी' नावाचा अर्ध्या टन वजनाचा यंत्रमानव यशस्वीरीत्या निर्मिला आहे. यांमध्ये संगणक, अतिप्रखरतेचे कॅमेरे, यांत्रिक हात आणि आवश्यक ती हत्यारे यांचा समावेश असतो. यांमध्ये कोणत्या भागांत कशा प्रकारे शस्त्रक्रिया करावी याचे मार्गदर्शन मानवी शल्यविशारदाकडून देण्यात येते. शल्यविशारदांच्या निरीक्षणानुसार शस्त्रक्रिया आराखडा तयार करण्यात येतो. डा व्हिन्सी यंत्रमानवाला चार हात असतात. त्या प्रत्येक हातामध्ये वेगवेगळ्या प्रकारच्या सुऱ्या, कात्र्या मावतात. एका हातात दर्जेदार कॅमेरा असतो. क्ष किरणांच्या साह्याने शरीरातील जो भाग निकामी झाला असेल, त्याचे छायाचित्रण प्रथम केले जाते. शरीराच्या बाह्य भागांतील त्वचेवर शल्यविशारदांकडून प्रथम शस्त्रक्रिया करण्यात येते. त्यानंतर अंतर्गत भागातील अचूकता साधून शंभर टक्के यशस्वी शस्त्रक्रिया पूर्ण करण्यासाठी यांत्रिक मानव सरसावतो. या यंत्रमानवातर्फे हृदयातील झडपा बदलणे (व्हॉल्व्ह रिप्लेसमेंट), प्रोस्टेट ग्रंथीमधील रोगट भाग काढून टाकणे, महिलांतील गर्भाशयातील अनावश्यक भाग वा आतड्यामधील लागण झालेला भाग, यकृताचा रोगग्रस्त भाग यांवरील शस्त्रक्रिया यशस्वी ठरल्या आहेत.

प्रत्यक्ष शस्त्रक्रिया घडताना बाहेरच्या मोठ्या पडद्यावर तेथील कार्याचे चित्रण दिसते. त्यात अचूकता निर्माण होण्यासाठी सर्जन योग्य त्या आज्ञा (कमांड) संगणकाला आयत्या वेळी देऊ शकतो. सॅन फ्रान्सिस्को येथील निर्डइम

कंपनीमार्फत तयार केलेल्या यंत्रमानवात सायबर नाईफ नावाची अचूक वेध घेणारी सुरी असते. त्यामार्फत कर्करोगाची लागण झालेला भाग काढणे, तेथे रेडियम थेरपी साधून रोगग्रस्त पेशींची वाढ थांबविणे. इ. कार्ये केली जातात. युरोप, अमेरिकेत अशा प्रकारे यांत्रिक शल्यविशारदांचे १२७ संच कार्यरत आहेत. या प्रत्येक संचाची किंमत सुमारे दीड कोटी डॉलर्स आहे. न्यू जर्सीमधील इकेनसाक मेडिकल सेंटरमध्ये यावर जास्त संशोधन करण्यात येत आहे.

ㅁㅁㅁ

१९. चुनखडीतील सौंदर्यशिल्प

पृथ्वीची भव्यता, विशालता आणि विविधता मानवाला- संशोधकांना नेहमी आव्हानात्मक ठरली आहे. संशोधकांचे धाडस, सातत्य आणि अत्याधुनिक तंत्रज्ञान वापरून पृथ्वीचा पृष्ठभाग आता बऱ्याच प्रमाणात ज्ञात झाला आहे. अंतराळातील भ्रमण करणाऱ्या कृत्रिम उपग्रहांमार्फत छायाचित्रण करून पृथ्वीवरील वातावरण, वातावरणातील वायूंचे प्रमाण, त्यांच्यात होणारा बदल आणि त्यामुळे पृष्ठभागांवरील वनस्पती, जंगले यांच्यातील विविधता बऱ्याच प्रमाणात ज्ञात झालेली आहे. पृष्ठभागांवरील माहिती संकलित केल्यानंतर पृथ्वीच्या अंतरंगांतील वैशिष्ट्ये शोधण्याकडे संशोधकांनी लक्ष केंद्रित केले आहे. भूशास्त्र (जिऑलॉजी) ह्या शास्त्रशाखेमार्फत पृथ्वीच्या अंतरंगांत डोकावण्यास संशोधकांनी सुरुवात केली. अर्थात् पृथ्वीच्या गर्भात प्रचंड उष्णता असल्याने खूप खोलवर पोहोचणे फार कठिण आहे, हे निर्विवाद. परंतु पृथ्वीच्या पृष्ठभागापासून लगतच असलेल्या खाणी, दऱ्या, गुहा, डोंगरांना कापून तयार झालेली नद्यांची पात्रे, डोंगरांच्या

पृष्ठभागात झालेले नैसर्गिक बदल संशोधकांना आकर्षित करून घेतात.

डोंगरातील किंवा खोल दऱ्यांच्या भागात नैसर्गिकरीत्या निर्माण झालेल्या गुहा, त्यांच्या आतील बाजूस तयार झालेली कोरीव शिल्पं व त्यांना भेट देण्यासाठी पर्यटकांच्या सोई-सुविधा या संदर्भात आता गुहा उद्योजकता (केव्ह इंडस्ट्री) निर्माण झालेली आहे. वेळप्रसंगी जीव धोक्यात घालून जमिनीच्या पृष्ठभागापासून हजार-दीड हजार फूट खोल उतरून गुहांच्या आसपासच्या परिसराचे निरीक्षण करणे, तेथील वन्य जीव, वनस्पतींची नोंद घेणे, भौगोलिक परिसराचा अभ्यास, त्या गुहांमध्ये आदिमानवाने निर्माण केलेल्या चित्र-शिल्पकलाकृती यांचा शोध घेण्याचा धडाका 'नॅशनल जिओग्राफिक'च्या माध्यमातून असंख्य संशोधकांनी सुरू केला, गेल्या दहा-बारा वर्षांच्या कालखंडात मेक्सिको, मध्य अमेरिका, आफ्रिका मध्य-पूर्व इत्यादी प्रदेशांतील गुहांचा शोध घेताना विविध प्रकारची आश्चर्यकारक माहिती समोर येत आहे. विशेष करून अमेरिकन संशोधक पृथ्वीच्या अंतरंगांचे वैशिष्ट्य उकलण्यासाठी प्रयत्नशील झालेले आहेत. गतवर्षीच्या फेब्रुवारी-मार्च महिन्यात कॅलिफोर्नियातील चॅपमन विद्यापीठातील भूशास्त्र संशोधक नॅन्झी पिस्टॉल, लुईआ डेव्हिस, बेन कॅडेल, स्टिफनी अल्वारेझ या शास्त्रज्ञांच्या तुकडीने ओमान देशातील दारफर प्रांतातील आणि उत्तर ओमानमधील खोल दऱ्यांमध्ये लपलेल्या काही गुहांचा शोध घेतला. या शोधमोहिमेमुळे एक आगळीच माहिती शास्त्रज्ञांसमोर आलेली आहे.

गुहांच्या अंतरंगांतील भूस्तर, तेथील प्राणघातक वायूंचे प्रमाण, आजूबाजूच्या परिसरातील प्राणी, वनस्पतीसृष्टी आणि पर्यटकांना तेथे भेटी देण्यासाठी कोणत्या सुविधा निर्माण करता येतील याबद्दलची निरीक्षणे इत्यादी अनेकविध मुद्दे लक्षात घेऊन माहिती संकलित करण्याचे कार्य संशोधन मोहिमांनी पार पाडले. या मोहिमेला एप्रिल ते जून हा काळ जास्त सोईचा ठरतो. कारण या कालखंडात अरबस्थानात विशेष त्रासदायक तापमान नसते, उष्ण वारे फारसे वाहत नाहीत. जून ते सप्टेंबर मॉन्सूनचे वातावरण असते. बऱ्याच वेळा मंद पावसाचा शिडकावा होतो. जमिनीत पाणी पाझरते. त्यामुळे भूगर्भातील भेगांमध्ये पाणी शिरून खडक दुभंगतात. वजन सहन न झाल्याने कडे कोसळतात. अचानक कोसळलेल्या कड्यांमार्फत प्राणहानी होण्याची शक्यता असते.

नोव्हेंबरपासून थेट मार्च-एप्रिलपर्यंत दिवसभर उकाडा, तापमान वाढणे आणि रात्री तापमान एकदम कमी होऊन त्रासदायक थंडी जाणविणे असे वैचित्र्यपूर्ण हवामान तयार होते. यासाठी त्यांनी मे महिन्यातील तीन आठवडे

निश्चित केले. संशोधक तुकडीने दोन गटांमध्ये विभागणी केली. त्यांपैकी एका गटाने अरेबियन सागराच्या किनाऱ्याला लागून असलेल्या दारफर प्रांतातील तावी अत्तायर विभागाची निवड केली. दुसऱ्या गटाने उत्तर ओमानमधील मजलिस अलनीन केव्ह विभाग निवडला. तावी अत्तायर प्रदेशाच्या लगत येमेन राष्ट्राची सरहद्द सुरू होते, तर मजलिस अलनीन प्रांताजवळ मस्कत या राजधानीचा भाग सुरू होतो. पहिला गट मस्कतहून विमानाने सालेलाह शहरातील विमानतळावर उतरला. तेथून त्यांचा प्रवास ओमानच्या वाळवंटातून ट्रकमधून सुरू झाला. साधारणत: दोनशे किमी प्रवास केल्यानंतर तावी अत्तायर भागात त्यांनी तीन तंबू उभारले. वाटाडे निश्चित केले. गाढवांवर लादलेल्या पखालीमार्फत गोड्या पाण्याचा पुरवठा रोज भरपूर होईल, याची आखणी पूर्ण केली. गावाजवळच्या उंच डोंगरांच्या परिसराचे आणि खाली खोलवर पसरलेल्या दऱ्या-खोऱ्यांचे छायाचित्रण केले. साधारणत: पाचशे ते सहाशे फूट खोलवर दऱ्या पसरलेल्या होत्या. त्या प्रदेशात पाणी झिरपल्याने भरपूर दाट झाडी होती. झाडीत वेगवेगळ्या वन्य जीवांचे वास्तव्य निश्चितपणे होते. दऱ्यांच्या वरच्या टोकाच्या खडकांचे आणि खालपर्यंत पसरलेल्या भूपृष्ठांचे निरीक्षण करून तो भाग खिळे रोवण्यास पक्का आहे, हे निश्चित झाले. डोक्यावर हेल्मेट, अंगावर विशिष्ट प्रकारचा सूट आणि पाठीवरील बॅगेत गुंडाळलेले नायलॉनचे दोर, वेगवेगळ्या प्रकारचे खिळे,

हातोडे यांचा वापर करून त्या महिला संशोधक दऱ्यांमध्ये उतरू लागल्या. एकंदर पृष्ठभागाचे दोन दिवस निरीक्षण केले. सातशे फूट उतरल्यानंतर सपाटीचा भाग होता. तेथून पुन्हा अडीचशे फूट खाली गेल्यानंतर तळाच्या भागात वेगवेगळ्या गुहा आढळल्या. गुहांमध्ये असलेल्या वायूंमधील प्राणघातकतेचे प्रमाण यंत्रांद्वारे मोजण्यात आले. टॉर्चलाईटमार्फत भूपृष्ठाचे निरीक्षण केले. पाणी पाझरून तेथील चुनखडीच्या खडकांमधून विविध आकाराची नैसर्गिक शिल्पे तयारी झालेली लक्षात आली. खडकांच्या कपारीत गरुड, स्विफलेट्स, वटवाघळे, कबुतरे यांच्या वसाहती आढळल्या.

त्या प्रदेशात सातत्याने चार दिवस छायाचित्रण, निरीक्षणे करून त्यांनी खूप माहिती संकलित केली. विशेष करून महिला अशा प्रकारचे संशोधन जीव धोक्यात घालून करीत आहेत, हे तेथील अरब जातीमधील महिलांना फार आश्चर्यकारक वाटले. पर्यटकांसाठी तेथे विजेचे पाळणे बांधून खोलपर्यंत न्यायचे आणि नैसर्गिक सौंदर्याने पुरेपूर भरलेल्या गुहांच्या अंतरंगात पर्यटकांना नेण्याबाबतचा अहवाल त्यांनी ओमान सरकारला सादर केला आहे. अहवालाची प्रत्यक्ष रचनात्मक कार्यवाही २०१४ च्या अखेर होणार आहे.

□□□

२०. रोगसाथींचे भविष्य ओळखणारा संशोधक

सर्दी, पडसे, खोकला, एन्फ्लूएंझा, मलेरिया, डोळे लाल होणे, घसा दुखणे यांसारख्या अनेक रोगसाथी पृथ्वीच्या वेगवेगळ्या प्रदेशांत निर्माण होतात. वेगवेगळ्या माध्यमांतून रोगसाथी एका देशातून दुसऱ्या देशात पसरतात. रोगसाथ निर्माण झाल्यानंतर पेशंटवर उपचार करून त्याला बरे करण्याऐवजी ती रोगसाथ पसरू नये म्हणून प्रतिबंधक उपाय योजणे सर्वांत महत्त्वाचे ठरते.

अर्थात प्रतिबंधक उपाय मोठ्या प्रमाणावर योजण्यात असंख्य अडचणी येतात. त्यापेक्षा ज्या विषाणू-जिवाणूमार्फत रोगसाथ निर्माण होण्याची शक्यता असते, त्याचा शोध अगदी प्राथमिक अवस्थेत घेऊन त्यानुसार बंदोबस्त करण्याचे

आगळेवेगळे संशोधन स्टॅनफोर्ड विद्यापिठातील कीटकसंशोधक प्रा. नाथन वोल्फ यांनी अंगीकारले आहे. प्रा. नाथन, डॉ. डोनाल्ड बुर्क आणि पीटसबर्ग विद्यापीठातील संशोधक विद्यार्थ्यांच्या तुकडीने ॲमेझॉन नदीच्या काठांवरील जंगली प्रदेश, कॅमेरून, कांगो, केनिया देशांमधील जंगले आपल्या संशोधनासाठी निवडली. त्यांच्या पाहणीनुसार चिंपाझी, गोरिला, ओरंगउटान यांसारख्या मानवसदृश प्राण्यांपासून सुमारे सत्तर टक्के साथीच्या रोगांची गंगोत्री सुरू होते.

मानवसदृश प्राण्यांच्या रक्तातील घटक त्यांच्या परिसरातील वातावरण, डांस, पिसवा यांसारख्या कीटकांमार्फत रोगजंतूच्या विषाणूंचा मानवामध्ये होणारा प्रसार- या संदर्भात कठोर संशोधन करणे अत्यावश्यक ठरले. त्या प्राण्यांच्या रक्ताचे नमुने ताब्यात घेऊन त्यामधील डी. एन. ए. घटक, तांबड्या पेशींमध्ये झालेला प्रादुर्भाव, विषाणू जिवाणूंची लागण, एच.आय.व्ही.सारख्या रोगांची निर्मिती आणि रक्तात अगदी अल्प प्रमाणात आढळणारे नवनवीन प्रकारचे विषाणू यावर लक्ष केंद्रित करणे आवश्यक ठरले.

प्रा. नाथन यांनी फिल्ड वर्करचे कार्य अत्यंत कसोशीने अंगीकारले आहे. मानवसदृश प्राणी असलेल्या जंगलामध्ये ते वाटाड्यांसह भ्रमंती करतात. शक्य झाल्यास प्राण्यांचा वेध घेऊन त्यांना बेशुद्ध पाडून रक्ताचा नमुना काढून घेतात. रक्तांच्या नमुन्यांची अत्याधुनिक तंत्रांमार्फत तपासणी करण्यात येते. जर एखाद्या प्रदेशातील प्राण्यांच्या रक्तात ज्ञात किंवा अज्ञात विषाणू आढळल्यास पुनश्च तपासणी करून त्यानुसार अंदाज तयार करण्यात येतो. या सर्व अफाट प्रयत्नांमध्ये प्रा. नाथन आपला जीव धोक्यात घालून संशोधन करीत असतात.

त्यांना प्रमुख अडचण येते ती, म्हणजे आफ्रिकेमधील वेगवेगळ्या जंगलांमध्ये शिकार करणाऱ्या व्यक्तींची. चोरटी, बेकायदा शिकार करणाऱ्यांची संख्या तेथे खूप आहे. कडक कायदे, शिक्षा केल्या तरी अज्ञान, निरक्षरता आणि सहज उपजीविकेचे साधन यांमुळे चोरट्या शिकाऱ्यांपासून संशोधकांनाही धोका असतोच. प्रा. नाथन स्थानिक वाटाड्यांचा संघ घेऊन, संबंधित देशांतील अधिकाऱ्यांची रीतसर परवानगी काढून दाट जंगलातून भ्रमंती करतात. त्यांच्या पाठीवरील पिशवीत रक्ताचा नमुना गोळा करण्याची सामग्री असते. वाटाड्यांमार्फत चोरट्यांशी चांगला संपर्क निर्माण करून प्राण्यांच्या रक्ताचा नमुना मिळवला जातो. त्या रक्ताची तत्काळ तपासणी करण्याची 'मोबाईल पॅथॉलॉजी प्रयोगशाळा' एका बसमध्ये स्थापित करण्यात आलेली असते.

तज्ज्ञांकडून रक्ताचे शास्त्रीय विश्लेषण झाल्यानंतर जर त्यात एखाद्या

नव्या विषाणूचा प्रादुर्भाव आढळल्यास रक्ताचा नमुना विमानाने स्टॅनफोर्ड विद्यापीठातील अतिसुसज्ज, अत्याधुनिक प्रयोगशाळेत पाठविला जातो. जागतिक दर्जाच्या तज्ज्ञ संशोधकांकडून रक्तातील हानिकारक, रोगसाथ निर्माण करणाऱ्या विषाणूंची सुरुवात निश्चित केली जाते. त्या निरीक्षणानुसार मानवसदृश प्राण्यापासून मनुष्यापर्यंत रोग संक्रमित होण्याची शक्यता त्या देशातील सरकारला देण्यात येते. रोगसाथीत रूपांतर होऊ नये म्हणून घ्यावयाची सार्वजनिक आरोग्यदक्षता सावध करून सांगण्यात येते. अनेकविध कारणांमुळे नवनवीन प्रकारचे विषाणू निर्माण होतात. त्यांच्यावर कोणते औषध व लस उपयुक्त पडेल, याची सखोल चर्चा केली जाते. उपायांची आखणी करण्यात येते. रोगसाथींच्या भविष्याचा वेध घेणारा हा संशोधनात्मक प्रकल्प आता जगन्मान्य पावला आहे.

☐☐☐

२१. हिवतापावर नवे संशोधन

मलेरिया म्हणजेच हिवताप. गेली सुमारे तीन शतके मानवजातीला हानिकारक ठरलेला भयानक रोग. धडधाकट माणसाला अचानकपणे अधून-मधून ताप येऊ लागतो, अशक्तपणा वाढतो. योग्य औषधांअभावी ताप जास्त प्रमाणात येऊ लागतो. तापाच्या पाळ्या कमी-जास्त स्वरूपात सुरू होतात. अंगात हुडहुडी भरते. कमालीचा अशक्तपणा येऊन अंगावर सूज वाढून निश्चितपणे मृत्यू येतो. साधारणत: चार-पाच वर्षांच्या बालकांचा- कोवळ्या जिवांचा मृत्यू काही दिवसांत

घडून येतो.

वैद्यकीय क्षेत्रात, संशोधन विभागात, एकंदर उंचावलेल्या राहणीमानात बऱ्याच सुधारणा झाल्या आहेत. तरीही जगात ५० ते ६० लाख व्यक्तींना प्रतिवर्षी हिवताप होतोच. केवळ हिवतापामुळे आफ्रिका, मध्य आशिया खंडात प्रतिवर्षी दहा ते बारा लाख व्यक्तींचा मृत्यू होतो. त्यांत सहा ते सात लाख बालकांचा समावेश असतो. सोमालिया, इथिओपिया, भारत, बांगलादेश, व्हिएतनाम, थायलंड, श्रीलंका हे देश कायमस्वरूपात हिवतापाचे लक्ष्य असतात.

डॉ. रोनाल्ड रॉस या संशोधकाने अत्यंत चिवट स्वरूपाचे संशोधन करून मादी ॲनाफेलिस डासांमार्फत हिवतापाचे जंतू मानवी शरीरात प्रवेशतात, हे सिद्ध करून मावनजातीवर खूप उपकार केले. डास या रक्तशोषक कीटकांचे वास्तव्य नष्ट करण्यासाठी आता जगभर हर प्रकारचे उपाय केले जातात, तरीही हिवताप अपराजित ठरला आहे.

काळजीपूर्वक केलेल्या संशोधनानुसार, आता काही निष्कर्ष शंभर टक्के निश्चित झाले आहेत. त्यानुसार साचलेले पाणी, डबकी, ड्रेनेजचे पाणी, अडगळीची ठिकाणे, गुरांचे अस्वच्छ गोठे ही असतात डासांची जन्मस्थाने. डासांचे अनेक प्रकार असले तरी बहुतेक सर्व डास मानवाचे, गाई-गुरांचे रक्त शोषून आपला उदरनिर्वाह करतात. रक्त शोषण्यापूर्वी कातडीवर लाळ पसरली जाते. त्यानंतर तीक्ष्ण सुईसारख्या सोंडेमार्फत रक्त शोषले जाते. शरीरातील काही रासायनिक प्रक्रियांमार्फत मादी ॲनाफेलिस डासांत प्रजननप्रक्रियेपूर्वी अंडनिर्मिती होण्याच्या कालावधीत 'प्लाझ्मोडिअम' जीवाणू तयार होतो.

रक्तशोषणामार्फत 'प्लाझ्मोडिअम' मानवी रक्तात शिरकाव करतो. रक्तातील उपयुक्त घटकांवर त्याची वाढ होते आणि रक्तातील लाल पेशींवर हल्ला चढविला जातो. लाल पेशी फुटतात व त्या प्रक्रियेमुळे विषारी द्रव्य निर्माण होते. विषारी द्रव्याचे प्रमाण वाढत जाते आणि रक्तामार्फत शरीरातील प्रत्येक अवयवावर दुष्परिणाम सुरू होतो. रक्त आम्लधर्मीय बनते. फुप्फुसांमध्ये त्रासदायक द्राव साचू लागतो. किडनी योग्य प्रमाणात कार्य करू शकत नाहीत. मेंदूवर परिणाम घडून शरीराच्या क्रिया मंदावतात. अशक्तपणा पूर्णपणे वाढून मृत्यूमार्फत आयुष्याचा पूर्णविराम होतो. काही वेळेस मेंदूचा दाह- डेंग्यू ताप- वाढून तडकाफडकी मृत्यू होतो.

जगभर संशोधनाची पातळी, दर्जा उंचावला असला तरी डासांची निर्मिती, प्रसार आटोक्यात आलेला नाही, हे वर्ल्ड हेल्थ ऑर्गनायझेशनने मान्य केले

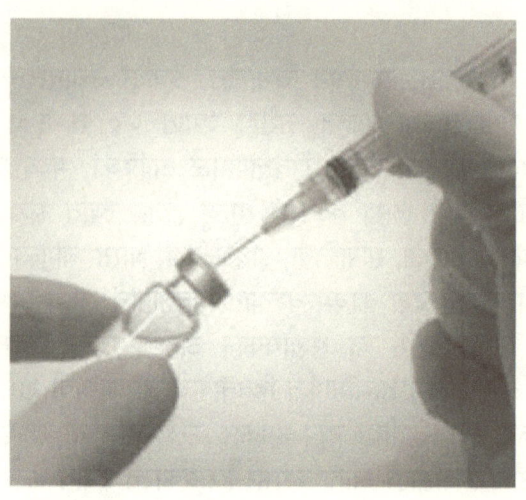

आहे. हाच मुद्दा समोर ठेवून प्लाझ्मोडिअम रक्तात शिरल्यानंतर त्याला अटकाव करता येईल काय? शरीराची रोगप्रतिकारकशक्ती उंचावून रोगजंतू नष्ट होतील काय? लाल पेशी फोडण्याची प्रक्रिया संपूर्णपणे संरक्षित होऊ शकेल काय? त्यावर कायमस्वरूपी इलाज- लसनिर्मिती यशस्वी ठरेल काय? - असा वेगळाच विचार घेऊन डॉ. फिलीप डोबोव्हस्की, पीटर सीबर्गर, लुई शेफिल्ड आदी संशोधकांच्या तुकडीने गेल्या दहा वर्षांत वाटचाल सुरू ठेवली आहे. विख्यात संशोधक बिल गेट्स यांच्या फाउंडेशनमार्फत लक्षावधी डॉलर्सची आर्थिक मदत या शोधकार्यास उपयुक्त ठरत आहे. ज्याप्रमाणे घटसर्प, धनुर्वात, स्मॉलपॉक्स (देवी) यांच्यावर लस विजयी ठरली; त्याप्रमाणे मलेरियावरील लस यशस्वी होण्याचा टप्पा नजरेत आला आहे.

आफ्रिकेतील गाई-गुरांमध्ये, व्यक्तींमध्ये 'ॲनोफेलिस गँबी' यामार्फत होणाऱ्या हिवतापावर लशीचा यशस्वी प्रतिकार निश्चित झाला आहे. त्यामुळे शास्त्रज्ञांचा उत्साह वाढला आहे. व्हिएतनाम, सोमालिया, सुदान येथे राहिलेल्या अमेरिकन सैनिकांना हिवतापाने त्रस्त केल्यामुळे 'अमेरिकन संरक्षक दलाने' या संशोधनास सक्रिय पाठिंबा दिला. या लशीमध्ये शर्करेचे थर देऊन त्यांचा उपयोग रक्तप्रक्रियेतील 'हिवताप जंतू' नष्ट होण्यास कारणीभूत ठरतो, हा मुद्दा फार मोलाचा ठरला आहे. साखरेच्या गोड थरातून विषारी जंतू नष्ट होण्याची शक्यता बळावली आहे.

❑❑❑

२२. कार्बन हरवत आहे.

कार्बन... पृथ्वीवरील सर्व प्रकारच्या जैविक-अजैविक साखळ्यांमध्ये अत्यावश्यक असणारे मूलद्रव्य. कोळसा, कोळशाचे प्रकार, कार्बनडाय ऑक्साईड आणि कार्बन मोनॉक्साईड या वायूंच्या स्वरूपात जास्त प्रमाणात आढळणारे हे मूलद्रव्य आता शास्त्रज्ञांच्या, संशोधकांच्या चिंतेचा विषय होऊ लागले आहे.

सर्व प्रकारची इंधने, कोळसा, लाकूड यांच्या ज्वलनामार्फत त्यांच्यात घन स्वरूपात साठविलेला कार्बन मुक्त होतो. या प्रक्रियेत तो प्रचंड ऊर्जा निर्मिती करतो आणि वायू स्वरूपात वातावरणात मिसळून जातो. कार्बनडाय ऑक्साईड तसेच कार्बन मोनॉक्साईड सजीवांच्या श्वसनाला घातक असतात. किंबहुना, या वायूंनी अचानकपणे श्वसनमार्गात प्रवेश केल्यास जीवितहानी होऊ शकते, कायमस्वरूपी दुष्परिणाम घडतात.

हाच विषारी कार्बनडाय ऑक्साईड पानांमार्फत वनस्पती शोषून घेऊ शकतात. त्यांचे रूपांतर प्रकाशसंश्लेषण क्रियेमार्फत करून स्वतःचे अन्न तयार करतात. रासायनिक प्रक्रिया घडून कार्बनपासून प्रथिने, स्टार्च, शर्करा इत्यादी स्वरूपात मूळ कार्बनचे वास्तव्य खोड, फळातील गर, बिया यांच्यात संचयित केले जाते. प्रकाशसंश्लेषणाची क्रिया घडताना अत्यंत उपयुक्त, श्वसनाला आवश्यक ऑक्सिजन (प्राणवायू) वातावरणात मिसळला जातो. दिवसा-उजेडी विषारी कार्बनडाय ऑक्साईड शोषून घेत, वातावरण शुद्ध करण्यासाठी ऑक्सिजन बाहेर टाकणे ही उपकृत क्रिया सर्व प्रकारच्या हरित वनस्पती प्रामाणिकपणे करीत असतात. किंबहुना, पृथ्वीच्या वातावरणातील कार्बनडाय ऑक्साईडचे शोषण करण्यात हिरव्या वनस्पतींचा प्रचंड हातभार लागतो.

पृथ्वीचे वातावरण संतुलित राखण्यास हिरव्या वनस्पती मोठ्या प्रमाणात

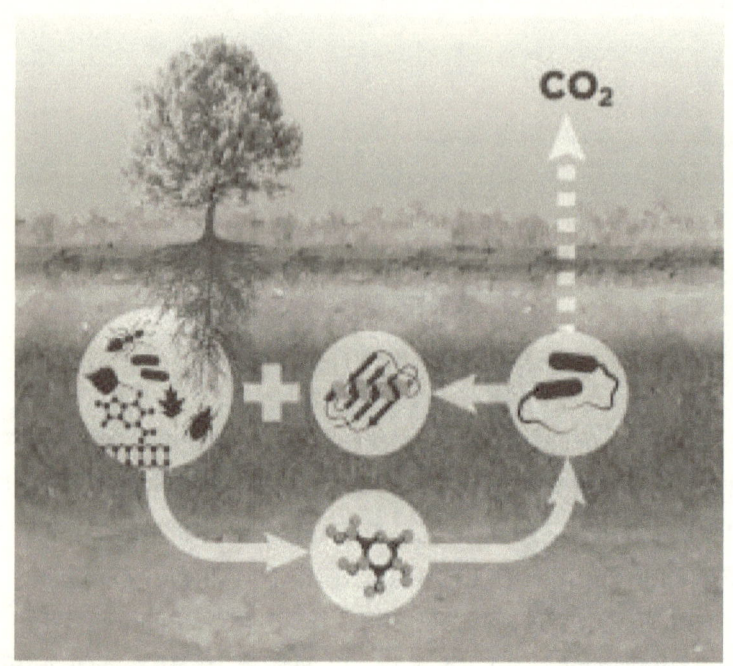

कारणीभूत आहेत.

उरलेला कार्बनडाय ऑक्साईड वायू वाफेच्या, पावसाच्या स्वरूपात सागरी पाण्यामध्ये मिसळतो. जलीय वनस्पती त्याचे शोषण करतात. आपले अन्न तयार करतात, शरीरात साठवितात. त्या पाणवनस्पतींचे भक्षण करून जलचर, मृदुकाय शरीराचे प्राणी (मोलस्का) आपली उपजीविका करतात. मृदुकाय प्राणी स्वत:च्या रक्षणासाठी कवच, शिंपले, निर्माण करतात. त्या प्राण्यांच्या मृत्यूनंतर ही कवचे सागरतळाशी, सागरकिनारी हजारो टनांच्या स्वरूपात साठविली जातात. अशा प्रकारे वातावरणातील कार्बन घन स्वरूपात रूपांतरित होऊन सागरतळाशी विसावतो.

असे हे कार्बनचक्र अनादि काळापासून अव्याहतपणे सुरू आहे. सजीवांचे श्वसन, इंधनांचे व विविध वस्तूंचे ज्वलन यामार्फत प्रतिवर्षी सुमारे आठशे ते नऊशे दशकोटी टन कार्बनची वातावरणात पाठवणी केली जात आहे. त्यांपैकी वनस्पती, सागरी पाणी, इतर सूक्ष्म घटक (फायटो प्लँकटॉन) यांच्यामार्फत साधारणत: पन्नास टक्के कार्बनचे शोषण केले जाते आणि तो पुनर्निर्मितीसाठी वापरला जातो. उरलेल्या सुमारे चारशे-साडेचारशे दशकोटी टन कार्बनचे काय होते? तो कोठे हरवत आहे? कोणत्या स्वरूपात संचयित केला जात आहे?

हीच क्रमता सातत्याने सुरू राहिल्यास या शतकाचे अखेरीस मानवासमोर कोणती परिस्थिती उभी राहील, हा विचार संशोधकांनी १९८० पासून संशोधनासाठी निवडला.

हार्वर्ड विद्यापीठाचे स्टीव्हन वोफसी, कोलोरॅडो विद्यापीठाचे पायटर टान्स, अलास्का विद्यापीठाच्या ग्लेन, ज्यूडी, मोंटाना विद्यापीठाच्या जेमी होलिंग्जवर्थ, कोलंबिया विद्यापीठातील हॅरो टाकाराशी, प्रिन्स्टन विद्यापीठातील जोसेफ पासेल आदी प्रमुख संशोधक आणि त्यांचे सहायक विद्यार्थी संशोधक यांनी अनेकविध प्रकारचे संशोधन, जागतिक हवामानाची निरीक्षणे करून या एका महान प्रकल्पामध्ये भरीव कार्य केले आहे.

प्रकल्पामध्ये निरीक्षणांसाठी निवडलेले त्यांचे विषय, टप्पे केवळ थक्क करणारे आहेत.

पृथ्वीच्या विविध भागांतील हवेचे नमुने प्रयोगासाठी विमानांमार्फत गोळा केले जातात. बोटींमार्फत सर्व महासागरांतील पाण्यांचे नमुने गोळा करून प्रिंस्टन विद्यापीठात पाठविले जातात. पाणबुड्यांमार्फत सागरतळाशी साचणाऱ्या कार्बोनेट्सचे (चुनखडी) निदान केले जाते. उत्तर गोलार्धात दक्षिण गोलार्धापेक्षा जास्त कारखाने, वाहने यांच्यामार्फत मिश्रित होणाऱ्या पृथ्वीजवळील हवेचे नमुने तपासले जातात. सैबेरिया, कॅनडा, चीन, मध्य युरोप येथील जंगलांमधील जुने वृक्ष कोसळल्यास त्यांच्या खोडांच्या भागांचे विश्लेषण करण्यात येते.

मध्य-पूर्वेत खजिनतेलाच्या खाणींजवळील भूप्रदेशांचे नमुने तपासण्यात येतात. हे सर्व अत्याधुनिक यंत्रणा, उपग्रहांमार्फत छायाचित्रण, रिमोट सेन्सिंग यांचा वापर करून लक्षावधी डॉलर्सचा खर्च करून संशोधन जारी ठेवण्यात आले आहे. त्यांच्या निरीक्षणानुसार, सर्व पृथ्वीचे सरासरी तापमान गेल्या दशकाच्या तुलनेत एक अंश फॅरनहीटने वाढले आहे. उत्तर गोलार्ध, अलास्का परिसर येथील तापमान गेल्या पन्नास वर्षांत तीन अंश फॅरहीटने वाढले आहे. त्यामुळे वातावरणावर होणारे परिणाम अभ्यासले जात आहेत. त्यावर उपाय म्हणून उत्तर चीन, सैबेरियात प्रचंड प्रमाणावर यशस्वी वृक्ष लागवड करण्यात आली आहे. याच मालिकेत कार्बनचे बदलते प्रमाण, त्यामुळे वातावरणातील फरक यामुळे अँकोरेज भागातील केनाई पेनिनस्युला प्रदेशातील आठ लाख हेक्टर जमिनीवरील स्प्रूस प्रकारच्या वनस्पती दहा वर्षांत नष्ट झाल्या. आफ्रिका खंडातील वाळवंटे पसरत आहेत. जंगले नष्ट झाल्याने पावसाचे प्रमाण, हवामान बदलत आहे... इत्यादी धक्कादायक घटना स्पष्ट होत आहेत. ऑक्सिजन, पाण्याची वाफ यांच्यासमवेत हरवणारा, बेपत्ता होणारा कार्बन, एकत्रित करून हैड्रोजन निर्मिती करून, भविष्यात हैड्रोजनवर चालणारी वाहने, अणुभट्ट्या सुरू कराव्या लागतील.

□□□

२३. अश्वबोटी

मानवाची बुद्धिमत्ता, नवनवीन शोध लावण्याची प्रवृत्ती आणि कमीत कमी त्रासात, शक्तिखर्चात जास्तीत जास्त फायदा मिळविण्याचे प्रयत्न केवळ अवर्णनीय आहेत. किंबहुना, बुद्धीचा वारंवार, योग्य प्रकारे वापर हे मानवाच्या उत्क्रांतीचे एक लक्षण आहे.

पायी चालण्यात वेळ खूप वाया जातो, श्रमही बरेच करावे लागतात- हे लक्षात आल्यापासून मानवाने वेगवेगळ्या तंत्रांचा उपयोग करून विविध प्रकारची साहित्ये तयार करण्यास सुरवात केली. प्रथम लाकडाचे ओंडके, गोलाकार दगड यांच्याकडे त्याचे लक्ष वेधले गेले. त्या साहित्याचा संदर्भ घेत व उपयोग करीत, सुधारणा करून चाक (चक्र) अस्तित्वात आले. चाकांची निर्मिती झाल्याने मानवाला जमिनीवर व्यवस्थितपणे हालचाल करता येऊ लागली.

चाकाची निर्मिती हा मानवी उत्क्रांतीमधील महत्त्वाचा टप्पा ठरला. जमिनीवर

हालचाल करण्याचा प्रश्न सुटल्यानंतर मानवाचे लक्ष पाण्यावरून प्रवासाकडे केंद्रित झाले. शिडाच्या बोटी, जहाजे यांची टप्प्याटप्प्याने निर्मित झाली. वाऱ्याच्या शक्तीचा वापर करून बोटींमधून वाहतुकीला, दर्यावर्दीपणाला सुरुवात झाली.

तराफे, छोट्या होड्या, पडाव यांचा वापर करून नद्या, सरोवर, किनाऱ्यालगतच्या समुद्र, यांतून प्रवास करणे सहज शक्य झाले. परंतु, या प्रत्येक वाहनातून प्रवास करण्यासाठी वल्ही मारून पाणी ढकलणे, याला दुसरा पर्याय नव्हता. वल्ही मारत पाणी कापणे, पाण्याच्या प्रवाहाचा अंदाज घेत बोटीची हालचाल करण्यात माणसाला शक्तीचा वापर करावा लागत होता. शक्ती वाया जात होती. कमी श्रमात जास्त शक्ती निर्मित करून प्रवास कशा प्रकारे करता येईल, याकडे मानवाचे लक्ष सदैव केंद्रित झाले होते. जमिनीवर ज्याप्रमाणे बैल, घोडा इत्यादी जनावरे घाण्याला जुंपून, वर्तुळाकार भ्रमण करीत-करीत कार्य करू शकतात, यावर संशोधक वृत्तीने मानव विचार करीत होता. अशा प्राण्यांना बोटीवर घेणे व त्याच्याकडून काम करून घेणे बरेच त्रासदायक असल्याने तो विचार मागे पडला.

वल्ही मारण्यापेक्षा कमी श्रमांत, कमी धोक्यांत पाणी ढकलता येईल आणि बोटीला गती मिळेल, यावर विल्यम स्वारग्यू नांवाच्या फ्रेंच तंत्रज्ञाने १७८० पासून काम करण्यास सुरुवात केली. त्याने बोटीच्या मध्य भागांत चार दांडे असलेले लाकडी चक्र तयार केले. त्या चक्राला खालच्या बाजूने साखळी जोडलेली होती. साखळीच्या दुसऱ्या टोकाची बाजू बोटीच्या शेपटाकडील भागातील चक्राकार वल्ह्यांना जोडलेली होती. मधल्या भागातील चार दांडे असलेले चक्र घाण्याप्रमाणे खलाश्यांनी ढकलल्यास वल्ह्यांमार्फत (झडपांमार्फत) पाणी ढकलले जाऊन बोटीला गती मिळत होती.

विल्यमचे प्रयत्न प्रायोगिक तत्त्वावर यशस्वी ठरले, परंतु त्या घाण्याभोवती चक्राकार गतीने दांडे सतत ढकलणे खलाश्यांना त्रासदायक ठरत होते. थोडा वेळ झाल्यानंतर चक्कर येत असे. खलाश्यांच्या जागी प्राण्यांचा उपयोग कसा करता येईल, यावर तंत्रज्ञांनी विचार करण्यास सुरवात केली. काही ठिकाणी जमिनीवर घोड्यांच्या मदतीने तेलाचे घाणे चालविले जात होते. बैलांपेक्षा वर्तुळाकार फिरण्याची क्षमता घोड्यांमध्ये जास्त आहे, असे तंत्रज्ञांच्या लक्षात आले.

खलाश्यांच्या जागी घोड्यांचा वापर केल्यास निश्चितपणे उपयुक्तता वाढेल, अशी संशेधकांना खात्री होती. विल्यमच्या संशोधनाचा धागा पकडून जॉन फिंच याने १७९० मध्ये बोटीवर घोड्यांमार्फत गती देण्याचे प्रयोग करण्यास

सुरवात केली. खलाश्यांपेक्षा घोड्यांमध्ये शक्ती जास्त आहे आणि ते बराच काळ संथगतीने वर्तुळाकार फिरत-फिरत बोटीला गती देऊ शकतात, हे प्रयोगाने सिद्ध झाले. अर्थात घोड्यांनी वर्तुळाकार दिशेने फिरून गती प्राप्त होण्यासाठी जास्त जागा उपलब्ध करून द्यावी लागली.

नदीच्या प्रवासात किंवा सागराच्या लाटांवर घोड्यांमार्फत बोटी चालविणे अयशस्वी ठरण्यास अनेक कारणे होती.

नदीच्या प्रवाहाविरुद्ध प्रवास करणे किंवा सागराच्या लाटांवर आरूढ होणे पूर्णपणे अयशस्वी ठरत होते. परंतु प्रयत्न करून, सुधारणा घडवून १८३० पासून अमेरिकेतील अल्बानी, हर्टफोर्ड, फिलाडेल्फिया आणि काही अतिसंथ प्रवाहित असलेल्या नद्यांमध्ये वर उल्लेखलेल्या प्रांतांतील सरोवरांमध्ये घोड्यांचा वापर करून 'अश्वबोटी' सुरू झाल्या होत्या. अश्वबोटींचा वापर पूर्वी केला जात होता, याचा शोध आश्चर्यकारक पद्धतीने १९८३ मध्ये लागला. स्कॉट हिल, जेम्स केनार्ड हे सागरी संशोधक लेक चॅपलेनच्या तळाशी बुडालेल्या वस्तूंचा शोध घेत होते. साधारणत: हजार ते अकराशे फूट खोल, तळावर त्यांना बोटीचे अवशेष आढळले. त्या अवशेषांमध्ये घोड्यांचे सांगाडे मिळाले. काही बोटींवर घोडे वर्तुळाकार पाण्याला जुंपलेल्या अवस्थेत होते. त्यांनी साईड सोनर, पाण्यातील छायाचित्रण करणारे कॅमेरे इत्यादी आधुनिक साहित्यांचा वापर करून अवशेषांचे निरीक्षण केले. त्यातून त्यांना बराच उलगडा झाला. त्याचप्रमाणे वॉशिंग्टन येथील पुरातन 'नॅशनल लायब्ररी'मध्ये अश्वांचा वापर करून बोटी चालविल्या जात, अशी माहिती देणारी रेखाचित्रे, पुस्तके उपलब्ध झाली. काही बोटींवर घोड्यांचे तबेले अस्तित्वात होते, अशी माहिती मिळाली. अशा रीतीने अमेरिकेच्या- विशेष करून पूर्व किनाऱ्यावरील सरोवरांमध्ये- अतिसंथ प्रवाह असलेल्या नद्यांमध्ये अश्वबोटी १८४० ते १८९० पर्यंत सर्रास वापरल्या जात होत्या. वाफेच्या इंजिनाचा शोध लागल्यावर अश्वबोटी मागे पडल्या, असा अमेरिकन इतिहासात संदर्भ मिळतो.

□□□

२४. वानर जगतातही विचारपूर्वक खून केले जातात!

वानराची उत्क्रांती होऊन त्यापासून मानव तयार झाला का माकड आणि मानव यांची उत्पत्ती एकाच वंशजापासून झाली या प्रश्नांचा काथ्याकूट शास्त्रज्ञ अद्यापही करीत आहेत. एवढे मात्र खरे आहे की, चिंपाझी, गोरिला, उरांग उटान यांसारख्या वानरगणांनी शास्त्रज्ञांचे पूर्ण लक्ष वेधून घेतलेले आहे. या वानरांच्या अनेक सवयी, बुद्धिमत्ता, शरीररचना आणि मानवसदृश्य गुणधर्म यात खूप साम्य आहे. काही बाबतीत मानव आणि माकड यांची तुलनासुद्धा

केली जाते. सर्व बाजूंनी पृथ्वीवरील वन्यपशुपक्षी यांची पिछेहाट होत आहे. काही प्राणी नामशेष होण्याच्या मार्गावर आहेत. टांझानिया, केनियातील काही भागात वन्यपरिसर बऱ्याच प्रमाणात टिकून आहे. त्यातील 'गोंबे नॅशनल पार्क' या विभागात वर उल्लेखलेल्या मानवसदृश्य प्राण्यांच्या वसाहती आहेत. त्या वानरांचा अनेक प्रकारे सखोल अभ्यास करण्यासाठी डॉ. जेन गुडऑल ही ब्रिटिश महिला त्या भागात गेली अनेक वर्षे मुक्काम करून आहे. थोडक्यात त्या प्रदेशात या महिलेने आपले घर थाटले आहे!

सुरुवातीला वानरांचा अभ्यास करणे जेनला फार कठीण झाले. वानरांच्या विक्षिप्तपूर्ण सवयी, संधी मिळेल तेव्हा प्रतिस्पर्ध्यावर हल्ला चढविणे आणि आपल्या सुरक्षित जंगल भागात आश्रय घेणे यांमुळे वानरजगाचा अभ्यास, निरीक्षण करणे फारच त्रासदायक ठरत होते. सुमारे पाच वर्षांच्या किचकट, अविश्रांत परिश्रमानंतर चिंपाझीच्या सवयी, त्यांची समाजव्यवस्था, त्यांचे स्वत:चे जग इ. अनेक विषयांतील माहिती जेनला मिळाली. तिने केलेले सखोल संशोधन प्राणिशास्त्रज्ञांसाठी असामान्य ठरले; स्वत:चे प्राण धोक्यात घालून जेनने केलेल्या कार्याचा गौरव म्हणून तिला डॉक्टरेट पदवी बहाल केली. चिंपाझीमधील गेल्या वीस वर्षातील वंशावळ, त्यातील ठळक घडामोडी, त्यांच्यातील हिंसक प्रकार इ. घटनांवर आधारीत तिने तयार केलेल्या प्रबंधामुळे ती डॉक्टरेट पदवी प्राप्त करू शकली. या प्रकारचे अत्यंत जगावेगळे संशोधन करण्यास तिला 'नॅशनल जिऑग्रॅफिक' या जगन्मान्य मासिकांतर्फे शिष्यवृत्ती देण्यात आली होती.

हे कार्यकरीत असताना जेनच्या जिवावर दोनतीन वेळा बेतले. परंतु या व्यक्तींपासून आपणाला धोका नाही याची खात्री पटल्या नंतर चिंपाझी तिच्याशी मिळून-मिसळून वागू लागले. जेनने त्यांच्याशी जवळीक साधण्यासाठी फिगान, मे लिसा, इव्हरेड, गिल्का, पोम या प्रकारे त्यांचे नामकरण केले. त्या नावाने ती त्यांना हाका मारू लागली. त्यांच्याशी संभाषण करू लागली आणि आश्चर्य म्हणजे चिंपाझी त्याला प्रतिसाद देऊ लागले!

चिंपाझीच्या शारीरिक रचनेबद्दल पुढील माहिती जेनतर्फे प्रसिद्ध करण्यात आली. सर्वसाधारण चिंपाझीचे आयुष्य ४० ते ५० वर्षांपर्यंत असते. उंची ५ फुटापर्यंत असून वजन २०० पौंडापर्यंत असते. शरीराच्या मानाने मेंदूचा आकार व वाढ प्रमाणबद्ध नसते. हातापायांचे तळवे जास्त पसरट असल्याने बोटे जाड, लांबट असतात. बोटांची हालचाल व अंगठ्याचा वापर माणसाइतका

सफाईने करता येत नाही. दोन पायांवर व्यवस्थित चालू शकतो. पण शरीराच्या मानाने हात लांबलचक असल्याने चालताना पाठ वाकते, कुबड आल्यासारखे भासते. एकंदरीत हातपाय मजबूत असल्याने जमिनीपेक्षा झाडांवर हालचाल सफाईदारपणे केली जाते. मादी चिंपाझी १५ वर्षांनंतर वयात येते व त्यानंतर ५/६ वर्षांत एकावेळेस एकाच पिल्लाला जन्म देते. चिंपाझीचा जीवनक्रम खूपसा मानवाप्रमाणेच आहे. ५ वर्षांपर्यंत बालपण असते. त्यानंतर कुमारवय १३ वर्षांपर्यंत असून नंतर प्रौढावस्था व ४० वर्षांनंतर वृद्धावस्था सुरू होते.

चिंपाझीचे पिल्लू १०-१२ वर्षांचे होईपर्यंत मातेजवळ राहते व त्यानंतर स्वतंत्र कळप तयार करते. चिंपाझीचा कळप साधारणत: ४ ते ६ जणांचा असतो. गोंबे नॅशनल पार्कमधील सुमारे ५०० चौ. कि. मी. च्या प्रदेशांत चिंपाझीचे वेगवेगळे कळप वावरत असतात. प्रत्येक कळपाचा ठरावीक भाग आरक्षित असतो. त्या भागांमध्ये अतिक्रमण केल्यास भांडणे, हल्ले सुरू होतात! कळपात एकत्र असताना आईमुलांतील प्रेम, दु:ख, राग, भीती इ. भावना स्पष्टपणे आढळतात. वयात आलेल्या नर व मादीमध्ये प्रेमालाप, प्रेमप्रकरणे होतात आणि त्यामध्ये आगंतुक नराने लक्ष घातल्यास, शिरकाव केल्यास त्यांच्यात प्राणघातक हल्ले, कळपा-कळपांची भांडणे आढळून आलेली आहेत.

जेनने या प्रकाराची सर्व लक्षणे समजावून घेण्यासाठी रात्री, दिवसा, पौर्णिमेच्या चंद्रप्रकाशात ठिकठिकाणी वास्तव्य केले. कॅमेरा, टेपरेकॉर्डर इ.

यंत्रांचा मुक्तपणे वापर केला. त्या नॅशनल पार्कजवळ एक ५०-६० फूट उंचीचा धबधबा आहे. तेथे फक्त वयस्कर, प्रौढ चिंपाझी जातात हे लक्षात आल्यानंतर दुपारच्या सुमारास जेन तेथे वृक्षांवर वास्तव्य करू लागली. त्यानंतर मधूनच एखादा कळप त्या धबधब्याजवळ येत असे. लहान पिल्लांना सुरक्षित अंतरावर ठेवण्यात येई व त्यानंतर त्या कळपातील नर प्रथम पाण्याजवळ जात. पाण्याचे तुषार उडाल्याने त्यांना आनंद होत असे, भय वाटे. त्या वाहत्या पाण्यात दगड भिरकविण्यातही त्या वानरांना खूप आनंद वाटे.

एका कळपातील चिंपाझीच्या पिल्लाला झाडावरून पडल्याने जखम झाली. त्यावर औषधोपचार होऊ शकला नाही. अर्थातच ते पिल्लू विकलांग होत गेले आणि जायबंदी झाले. त्यावेळी उदासीन मनस्थितीतील ४-५ प्रौढ चिंपाझीनी त्याची केलेली सेवा, ते पिल्लू शेवटी मृत झाल्यानंतर प्रदर्शित केलेला शोक इत्यादी भावनाप्रदर्शन पाहून डॉ. जेन सुद्धा आश्चर्यचकित झाली.

१९७४ च्या सुमारास गोंबे पार्क फॉरेस्ट मधील चिंपाझीची एकूण संख्या १८ झाली. त्यापैकी ८ जण प्रौढ होते व बाकीचे दहा वर्षांच्या आसपासच्या आयुष्यात होते. त्या ग्रुपमधील गोलिआथ हा सुमारे ४५ वर्षांचा चिंपाझी वयस्कर व अर्थातच ग्रुपलिडर होता. मेलिस, ओली, पिसॉन या तिघीजणी प्रौढ माद्या होत्या व राहिलेल्यांमध्ये प्रोफ, ओटा, फ्लो हे प्रौढ नर होते. प्रोफ व ओटा यांना माद्यांवर आणि त्या ग्रुपवर सत्ता गाजविण्याची महत्त्वकांक्षा होती व अर्थातच त्यामुळे त्या ग्रुपमध्ये संघर्ष धुमसू लागला. १९७४ मध्ये सुरू झालेल्या या धुमसत्या वातावरणाची परिणिती म्हणजे दोन प्रौढ वानरांचे पद्धतशीरपणे खून करण्यात आले. चिंपाझींचे संपूर्ण रक्षण व्हावे म्हणून जेनने अनेक देशांत दौरे करून, जनजागृती केली. तिचे दर्जेदार सन्मान करण्यात आले.

❑❑❑

२५. निलगिरी बकरा

भारताच्या दक्षिणेकडील केरळ, तमिळनाडू प्रांताच्या सीमेवरील जंगलात आढळणारा निलगिरी बकरा भुरकट, काळपट रंगाचा असतो. साधारणत: समुद्रसपाटीपासून चार ते आठ हजार फूट उंचावरील गवताळ प्रदेशात त्याचे वास्तव्य असते. गवताळ भागातील कडेकपाऱ्यांमध्ये त्यांचे कळप आश्रय घेतात. याची सरासरी उंची सव्वातीन ते साडेतीन फूट असते. वजन नव्वद ते शंभर किलोग्रॅम एवढे भरते. खालच्या जबड्याचा पुढील भाग, खुरांजवळील भाग पांढरट रंगाचा असल्याने ते पांढरे मोजे घातल्यासारखे दिसतात. कान

पसरट व सदैव टवकारलेले असतात. कपाळाच्या मध्यभागात मागे वळलेली दोन शिंगे त्यांच्या सौंदर्यात भर घालतात.

साधारणत: पाच सहा बकऱ्यांचा कळप एकत्रितपणे वावरतो. दिवसाकाठी वीस पंचवीस किलो गवत खाणे आणि रवंथ करणे हा त्यांचा दिनक्रम. सडपातळ परंतु भक्कम पाय आणि पसरट खुर यामुळे न घसरता ते टेकडीच्या उतारावरून जलदगतीने हालचाल करू शकतात. हेमीट्रागस वर्गातील व बायलोक्रीट्स प्रकारातील या जंगली बकऱ्याचे शास्त्रीय नाव आहे; निलगिरी ताहर, सर्व पृथ्वीवर मिळून सध्या यांची संख्या आहे फक्त दोन हजार, त्यांच्या इतर सर्व सवयी, हालचाली यांची माहिती उपलब्ध झालेली आहे, मात्र पुनरुत्पादन पद्धतीची संपूर्ण माहिती मिळालेली नाही. कारण मोसमी पावसाच्या कोसळत्या पावसात, दाट जंगलात त्यांचे प्रजोत्पादनाचे जीवनचक्र पूर्ण होते.

❐❐❐

प्राचार्य (नि.) अनिल दांडेकर

१) माध्यमिक विज्ञान अध्यापक, नू. म. वि. प्रशाला - २२ वर्षे
२) प्राचार्य, एम.आय.टी. स्कूल, कोथरूड, पुणे - १२ वर्षे
भ्रमणध्वनी - ७७९८६४९३०३

* शिक्षण संचालक, अंदमान- निकोबार यांचेतर्फे त्सुनामीग्रस्त विद्यार्थी, अध्यापकांना मार्गदर्शक म्हणून पोर्ट ब्लेअर येथे वास्तव्य केले. त्सुनामीची वैज्ञानिक माहिती संकलित केली.
* नैसर्गिक आपत्ती व्यवस्थापन या विषयावर विशेष अभ्यास. 'त्सुनामी लाटां'ची सीडी, नकाशे यांच्यासह माहितीपूर्ण ५०० पेक्षा जास्त व्याख्याने दिली. त्सुनामीसंदर्भात जनजागृती करण्याचा नावीन्यपूर्ण उपक्रम राबविला. आजपर्यंत सुमारे एक लाख व्यक्तींपर्यंत 'त्सुनामी'ची परिपूर्ण माहिती दिली.
* भारतात आणि चीन, जपान, इजिप्त, रशिया, ब्रिटन या देशांमध्ये अभ्यास दौरे. वॉशिंग्टन येथील जगविख्यात नॅशनल जिओग्राफिक संस्थेला अभ्यासभेट. क्रीडा वार्ताहर म्हणून भारतीय संघाबरोबर अपंग खेळाडूंच्या आंतरराष्ट्रीय क्रीडा स्पर्धांना न्यूयॉर्क येथे सहभाग. (१९८४)
* पुणे- एव्हरेट २०१२ गिरिप्रेमीच्या मोहिमेत सक्रिय सहभाग. दोन विद्यार्थी १९ मे २०१२ रोजी एव्हरेस्टविजेते ठरले.

पुढील विषयांवर मनोरंजक व्याख्याने–

१) चीनची अतिप्रचंड भिंत, जपानमधील हिरोशिमा येथील अणुबॉम्बचा संहार. चीन, जपानची संस्कृती-सामाजिक ओळख सीडीच्या साह्याने करून देणे.
२) इजिप्तचे पिरॅमिड्स, सुएझ कालवा, सहारा वाळवंट यांचे अनुभव.
३) नेपाळ, यशस्वी एव्हरेस्ट मोहीम २०१२ चे सादरीकरण.
४) वृत्तपत्रे, मासिके यांतून विज्ञान, भौगोलिक माहिती, क्रीडा, प्रवास इत्यादी विषयांवर तीन हजार लेख प्रसिद्ध. ज्ञान आणि मनोरंजन, जनरल नॉलेज विषयांवर सहा पुस्तके प्रसिद्ध.

* विविध शैक्षणिक कार्याबद्दल ६ जानेवारी २०१० रोजी पुणे महानगरपालिकेने विशेष गौरव पदक देऊन सन्मानित केले.

www.ingramcontent.com/pod-product-compliance
Lightning Source LLC
Chambersburg PA
CBHW021450240626
47154CB00005B/1782
9789382988540